கீதாஞ்சலி

(கவிதைகள்)

கீதாஞ்சலி

ரவீந்தரநாத் தாகூர்

தமிழில்:
வைதேகி ஹெர்பர்ட்

கீதாஞ்சலி (கவிதைகள்)
ரவீந்தரநாத் தாகூர்
மொழிபெயர்ப்பு : வைதேகி ஹெர்பர்ட் ©
முதல் பதிப்பு : டிசம்பர் 2017

வெளியீடு :
ஆழி பப்ளிஷர்ஸ்
1A, திலகர் தெரு, பாலாஜி நகர்,
துண்டலம், அய்யப்பன்தாங்கல்,
சென்னை 600 077. தமிழ்நாடு
044–48600010
contact@aazhipublishers.in
www.aazhipublishers.in

அச்சு : கல்வெட்டு, சென்னை 77

பக்கங்கள் : 130
விலை : ரூ.130

Gitanjali (Poems)
Rabindranath Tagore
Tamil Translation : Vaidehi Herbert ©
First Edition : Dec 2017

Published by
Aazhi Publishers,
1A, Thilagar Street, Balaji Nagar,
Thundalam, Iyyappanthangal,
Chennai 600 077, Tamil Nadu.
044-48600010
contact@aazhipublishers.in
www.aazhipublishers.in

Printers : Kalvettu, Chennai 77

Pages : 130
Price : Rs.130

Paper : 18.6 NS Maplitho Bookprint

Cover Art : Walther Illner

ISBN : 978-93-80244-82-2

முன்னுரை

நான் சிறுமியாக இருந்தபொழுது, என்னைவிடப் பத்து ஆண்டுகள் மூத்தவரான என்னுடைய அக்கா லலிதா அவர்கள் என்னிடம் கீதாஞ்சலிப் பாடல்களை மிகவும் சுவைத்து விவரிப்பார்கள். அவர்களின் அகால மரணத்திற்குப் பின் அவர்கள் விரும்பிய இந்தச் சிறப்பான பாடல்களை, மகளின் இழப்பால் தவித்த என் தாயிடம் பகிர வேண்டும் என்று நான் பல ஆண்டுகளுக்கு முன் மொழிபெயர்த்தேன். மிகத் தொலைவில் வாழும் என்னுடைய துன்பத்தை தணிப்பதற்கும் இப்பணி உதவியது.

திரு ஆழி செந்தில்நாதன் அவர்கள் அதை வெளியிடுவதில் எனக்கு மிகவும் மகிழ்ச்சி. என் பணியைப் பொறுமையுடன் சரிபார்த்த நண்பர் திரு. பரத் அவர்களுக்கும், திருமதி. மலர்விழி அவர்களுக்கும் ஒற்றுப் பிழைகளைத் திருத்திய முனைவர் சித்திராவிற்கும் நான் கடமைப்பட்டுள்ளேன்.

வைதேகி
ஹவாய், அமரிக்கா

கீதாஞ்சலி

1

Thou hast made me endless, such is thy pleasure.
This frail vessel thou emptiest again and again,
and fillest it ever with fresh life.
This little flute of a reed thou hast carried over hills and dales,
and hast breathed through it melodies eternally new.
At the immortal touch of thy hands my little heart loses
its limits in joy and gives birth to utterance ineffable.
Thy infinite gifts come to me only on these
very small hands of mine.
Ages pass, and still thou pourest,
and still there is room to fill.

நீ என்னை முடிவில்லா நிலையில் இருக்குமாறு
படைத்திருக்கின்றாய். அதுவே உன் இன்பம்.
இந்த மென்மையான கிண்ணத்தை மீண்டும் மீண்டும் கவிழ்த்தி,
அதைப் புத்துயிரால் தொடர்ந்து நிரப்புகின்றாய்.
இச்சிறிய மூங்கில் குழலை மலையின் மேலும் பள்ளத்தின்
மேலும் எடுத்துச்சென்று, உன் மூச்சால் இதில் என்றென்றும்
புதிய இசையைப் பொழிகின்றாய்.
உன் கைகளின் அழிவில்லா தொடுகையினால்,
என் சிறிய உள்ளம் உவகை மிக அடைந்து, தன் எல்லைகளை
மறந்து, விவரிப்பதற்கு அப்பாற்பட்டசொற்களை உதிர்க்கின்றது.
உன்னுடைய அளவில்லா பரிசுகள் என்னுடைய
இந்தச் சின்னஞ்சிறு கைகளில் அளிக்கப்படுகின்றன.
காலமும் செல்கின்றது.
நீ இன்னமும் கொடுத்துக் கொண்டே இருக்கின்றாய்.
இன்னமும் பெற்றுக் கொள்ள இடம் இருக்கின்றது.

2

When thou commandest me to sing it seems that my heart would
break with pride; and I look to thy face, and tears come to my eyes.
All that is harsh and dissonant in my life melts into one
sweet harmonyand my adoration spreads wings like a
glad bird on its flight across the sea.
I know thou takest pleasure in my singing. I know that only
as a singer I come before thy presence.
I touch by the edge of the far-spreading wing of my song thy feet
which I could never aspire to reach.
Drunk with the joy of singing I forget myself and call thee friend
who art my lord.

நீ என்னைப் பாடச்சொல்லி கட்டளையிடும்பொழுது
பெருமையினால் என் நெஞ்சம் வெடித்துவிடும் போல்
தோன்றுகின்றது. உன் முகத்தை நோக்குகின்றேன்.
என் கண்களில் நீர் கோர்க்கின்றது. என் வாழ்வின்
எல்லாஇன்னல்களும் முரண்பாடுகளும் உருகி, ஒரு சீரான
இனிமையாக மாறுகின்றன. கடலைக்கடந்து பறக்கும்
மகிழ்ச்சியான பறவையின் சிறகுகளைப் போல்,
என் ஆழ்ந்த பக்தி விரிகின்றது.
நான் பாடுவது உனக்கு இன்பம் என்பதை நான் அறிவேன்.
ஒரு பாடகனாக மட்டுமே நான் உன் முன் வரமுடியும்
என்பதையும் நான் அறிவேன்.
அகன்று விரிந்திருக்கும் என் பாடல் என்னும் சிறகினால்,
நான் அடைவதற்கு எண்ணக்கூட முடியாத உன் காலடிகளைத்
தொடுகின்றேன். பாடல் தந்த களிப்பினால், என் நிலை மறந்து,
என் இறைவனான உன்னை, 'நண்பா' என்று அழைக்கின்றேன்!

3

I know not how thou singest, my master!
I ever listen in silent amazement.
The light of thy music illumines the world.
The life breath of thy music runs from sky to sky.
The holy stream of thy music breaks through all stony
obstacles and rushes on.
My heart longs to join in thy song, but vainly
struggles for a voice.
I would speak, but speech breaks not into song,
and I cry out baffled.
Ah, thou hast made my heart captive in the
endless meshes of thy music, my master!

தலைவா! நீ எவ்வாறு பாடுகின்றாய் என்பதை நான் அறியேன்.
அதை என்றும் வியந்துபேச்சிழந்துக் கேட்கின்றேன்.
உன் இசையின் ஒலி உலகிற்கு ஒளியூட்டுகின்றது.
அந்த இசையின் உயிர்த்துடிப்பு வானில் நிறைந்திருக்கின்றது.
உன் தெய்வீக இசை வலிய தடைகளை உடைத்து எறிந்து,
வழிந்து ஓடுகின்றது.
உன் பாடலில் இணைந்து பாட நான் ஏங்குகின்றேன்.
என் குரலை எழுப்ப முயலுகின்றேன். பேசுகின்றேன்.
ஆனால் என் பேச்சு பாடலாக அமையவில்லை!
மனம் கலங்கி அழுகின்றேன்!
ஆ! உன் இசை என்னும் எல்லையில்லா வலையில்
என் நெஞ்சை அடிமையாக ஆக்கிவிட்டாயே, என் தலைவா!

4

Life of my life, I shall ever try to keep my body pure,
knowing that thy living touch is upon all my limbs.
I shall ever try to keep all untruths out from my thoughts,
knowing that thou art that truth which has
kindled the light of reason in my mind.
I shall ever try to drive all evils away from my
heart and keep my love in flower, knowing that
thou hast thy seat in the inmost shrine of my heart.
And it shall be my endeavour to reveal thee in my actions,
knowing it is thy power gives me strength to act.

என் உயிரின் உயிரே! உன் உயிர்த்துடிப்பு என் ஒவ்வொரு
அங்கங்களிலும் இருப்பதை நான் அறிவதால்,
என்றும் என் உடலைத் தூய்மையாக வைத்துக்கொள்வேன்.
என் நெஞ்சில் அறிவு ஒளியை நீ ஏற்றி வைத்தாய் என்பதை நான்
உணர்வதால், என்றும் என் எண்ணங்களிலிருந்து
பொய்மையை விலக்குவேன்.
என் நெஞ்சில் நீ அமர்ந்து இருக்கின்றாய் என்பதை நான்
அறிவதால், தீமைகளைக் களைந்து, அன்பு உள்ளமாக
என்றும் மலர்ந்திருப்பேன்.
உன் வலிமை எனக்குச் செயல் திறமையைக் கொடுக்கின்றது
என்பதை நான் அறிவதால், என் செயல்களில் எல்லாம் உன்னை
வெளிப்படுத்த வேண்டும் என்று முயற்சிப்பேன்.

5

I ask for a moment's indulgence to sit by thy side.
The works that I have in hand I will finish afterwards.
Away from the sight of thy face my heart knows no rest nor respite,
and my work becomes an endless toil in a shoreless sea of toil.
Today the summer has come at my window with its sighs
and murmurs; and the bees are plying their minstrelsy at the
court of the flowering grove.
Now it is time to sit quiet, face to face with thee,
and to sing dedication of life in this silent and overflowing leisure.

ஒரு கணம் உன் அருகில் இருந்து களிப்புற வேண்டும்
எனக் கேட்கின்றேன். கையிலுள்ள பணிகளைப் பின்னால்
பார்த்துக்கொள்வேன். உன் முகத்தைக் காணாதபொழுது,
என் நெஞ்சில் ஓய்வும் ஆறுதலும் இல்லை.
உழைப்பு என்னும் கரையில்லா கடலில்,
என் பணி எல்லையில்லா உழைப்பாகத் தோன்றுகின்றது.
இன்று கோடைக்காலம், தன் ஏக்கங்களோடும்,
துடிப்போடும் என் சன்னலுக்கு வந்திருக்கின்றது. வண்ணமலர்ச்
சோலையில் வண்டுகள் ரீங்காரமிட்டுப் பறக்கின்றன.
உன் அருகில் அமர்ந்து, முகத்தோடு முகம் நோக்கி,
இந்தபொங்கும் அமைதி வெள்ளத்தில்,
என் வாழ்வின் சமர்ப்பணப் பாடலைப் பாடும்
வேளையிப்பொழுது வந்து விட்டது.

6

Pluck this little flower and take it, delay not!
I fear lest it droop and drop into the dust.
I may not find a place in thy garland,
but honour it with a touch of pain from thy hand and pluck it.
I fear lest the day end before I am aware,
and the time of offering go by.
Though its colour be not deep and its smell be faint,
use this flower in thy service and pluck it while there is time.

இந்தச் சின்னஞ்சிறு மலரைப் பறித்துக்கொள்! தாமதிக்காதே!
தாமதித்தால், அது வாடி வதங்கி புழுதியில் விழுந்து விடுமோ
என்று நான் அஞ்சுகின்றேன்.
உன் மாலையில் அது கோர்க்கப்படாமல் இருக்கலாம்.
ஆனால் உன் கைபட்டு வருந்திய பெருமையை அதற்குக்
கொடுத்து, கொய்துவிடு.
நான் உணரும் முன், வேளை கடந்து,
வழிபாட்டு நேரம் தவறிவிடுமோ என்று அஞ்சுகின்றேன்.
நிறம் வெளிறி, மணம் நலிந்து இது இருந்தாலும்,
காலம் கடந்து போகும் முன் உன் பணியில்
இந்த மலரைச் சேர்த்துக் கொள்.

7

My song has put off her adornments.
She has no pride of dress and decoration.
Ornaments would mar our union;
they would come between thee and me;
their jingling would drown thy whispers.
My poet's vanity dies in shame before thy sight.
O master poet, I have sat down at thy feet.
Only let me make my life simple and straight,
 like a flute of reed for thee to fill with music.

என் பாடல் என்னும் பெண் தன் அணிகலன்களை
விலக்கி விட்டாள்.
அவளுக்கு ஆடை என்றும் ஒப்பனை என்றும் பெருமை இல்லை.
உனக்கும் எனக்கும் இடையே வந்து அணிகலன்கள் நம்
இணைப்பைக் கெடுக்கும்.
அவற்றின் ஒலி உன் மெல்லிய குரலை மூழ்கடித்துவிடும்.
உன் முன், என் புலமைச்செருக்கு அவமானத்தால் அழிகின்றது.
பெரும் புலவா! உன் காலடியில் நான் அமர்ந்துவிட்டேன்.
உன் இசையை நீ பொழிவதற்காக என் வாழ்க்கையை நான்
புல்லாங்குழலைப் போல எளிமையாவும்,
நேராகவும் அமைப்பேன்.

8

The child who is decked with prince's robes
and who has jewelled chains round his neck
loses all pleasure in his play;
his dress hampers him at every step.
In fear that it may be frayed,
or stained with dust he keeps himself from the world,
and is afraid even to move.
Mother, it is no gain, thy bondage of finery,
if it keep one shut off from the healthful dust of the earth,
if it rob one of the right of entrance to the
great fair of common human life.

பொற்சங்கிலிகளையும் இளவரசனின் உடையையும்
அணிந்திருக்கும் சிறுவனால் விளையாட்டை
அனுபவிக்க முடியாது.
அவனது உடை ஒவ்வொரு நிலையிலும்
அவனுக்குத் தடையாக இருக்கும்.
அதன்நூல் இழைகள் பிரிந்து விடும்என்றும்,அதில் தூசியின்
கறை படிந்து விடும்என்றும்,நகருவதற்குக் கூட அஞ்சி,
அவன்உலகிலிருந்து விலகியே இருப்பான்.
தாயே! இந்த நலம் ஈயும் மண்ணிலிருந்து அவனை விலக்கி,
வாழ்வு என்னும் பெருவிழாவில் நுழைய விடாமல் அந்தப்
பொற்சங்கிலி தடுக்கும் என்றால்,
அதனால் ஒரு பயனும் இல்லை.

9

O Fool, to try to carry thyself upon thy own shoulders!
O beggar, to come to beg at thy own door!
Leave all thy burdens on his hands who can bear all,
and never look behind in regret.
Thy desire at once puts out the light from
the lamp it touches with its breath. It is unholy.
Take not thy gifts through its unclean hands.
Accept only what is offered by sacred love.

ஏய் அறிவிலி! நீ உன்னையே உன் தோளில்
சுமக்கப் பார்க்கின்றாய்.
ஏய் பிச்சைக்காரா! உன் வாயிலுக்கே
நீ பிச்சை கேட்க வந்துள்ளாய்.
உன் சுமைகளைத் தாங்கிக் கொள்ளும்
அவன் கைகளில் அவற்றை ஒப்படைத்து விட்டு,
நீ பாராமுகமாக நிம்மதியாக இரு.
உன் விருப்பம், தன் மூச்சால், தான் தொடும் விளக்குகளின்
சுடர்களை அணைத்து விடுகின்றது. அது புனிதமற்றது.
தூய்மை இல்லாத கைகளிலிருந்து பரிசுகளைப் பெறாதே.
புனிதமான அன்புடன் அளிக்கப்படுவதை மட்டுமே
பெற்றுக்கொள்.

10

Here is thy footstool and there rest thy feet
where live the poorest, and lowliest, and lost.
When I try to bow to thee,
my obeisance cannot reach down to the depth where thy feet rest
among the poorest, and lowliest, and lost.
Pride can never approach to where thou
walkest in the clothes of the humble among
the poorest, and lowliest, and lost.
My heart can never find its way to
where thou keepest company with the
companionless among the poorest, the lowliest, and the lost.

உன் கால்களை ஏழைகளும், தாழ்ந்தவர்களும்,
திக்கற்றவர்களும் வாழும் இடத்தில் நீ வைத்திருக்கின்றாய்.
நான் உன்னை வணங்க முயலும் பொழுது,
என்பணிவானவணக்கம், ஏழைகளுக்கும், தாழ்ந்தவர்களுக்கும்,
திக்கற்றவர்களுக்கும் இடையே இருக்கும் உன் கால்களில் சேரும்
அளவிற்கு கீழே இறங்கவில்லை.
ஏழைகளுக்கும், தாழ்ந்தவர்களுக்கும்,
திக்கற்றவர்களுக்கும் நடுவில் எளிமையான ஆடையுடன் உலவும்
உன்னை, செருக்கால் அணுக முடியாது.
ஏழைகளுக்கும், தாழ்ந்தவர்களுக்கும்,
திக்கற்றவர்களுக்கும் தோழனாக இருக்கும் உன்னை
அடையும்பாதையை, என் நெஞ்சத்தால்என்றும்
கண்டு கொள்ள இயலாது.

11

Leave this chanting and singing and telling of beads!
Whom dost thou worship in this lonely
dark corner of a temple with doors all shut?
Open thine eyes and see thy God is not before thee!
He is there where the tiller is tilling the hard ground and
where the pathmaker is breaking stones.
He is with them in sun and in shower, and his
garment is covered with dust.
Put of thy holy mantle and even like him come
down on the dusty soil!
Deliverance? Where is this deliverance to be found?
Our master himself has joyfully taken upon him
the bonds of creation;
he is bound with us all for ever.
Come out of thy meditations and leave aside
thy flowers and incense!
What harm is there if thy clothes become tattered and stained?
Meet him and stand by him in toil and in sweat of thy brow.

ஓதுவதையும், பாடுவதையும், உருத்திராட்சம்
உருட்டுவதையும்விட்டு விடு.
கதவுகள் யாவும் மூடிய கோயிலுக்குள், தனிமையில்,
இருட்டில், யாரை நீ வழிபடுகின்றாய்? உன் கண்களைத் திறந்து,
உன் கடவுள் உன் முன் இல்லை என்பதைக் காண்.
கட்டாந்தரையை உழும் உழைப்பாளியிடமும்,
கல் உடைத்துப் பாதையை அமைக்கும் கொத்தனிடமும் அவன்
இருக்கின்றான். வெயிலிலும் மழையிலும் அவர்களுடன்
இருக்கின்றான் அவன். அவன் ஆடையில் தூசி படிந்திருக்கின்றது.
உன் புனிதப் போர்வையை எறிந்து விட்டு,
அவனைப் போல்புழுதியுடைய மண்ணிற்கு நீ இறங்கி வா.
விடுதலையா? இந்தவிடுதலையை எங்கே காண முடியும்?
நம் இறைவனே படைப்பு என்னும் கடமையை
மகிழ்வுடன் ஏற்று, என்றும் நம்முடன் பிணிக்கப்பட்டவன்.

உன் தியானத்தையும்,அர்ச்சனை மலர்களையும்,
ஊதுவத்தியையும்விட்டுவிட்டு வெளியே வா.
ஆடை அழுக்கும் கந்தலும் ஆனால் என்ன?
நெற்றி வியர்வை நிலத்தில் சிந்தும் உழைப்பில்
அவனை உணர்ந்து, அவனுடன் நீ இணைந்திரு.

12

The time that my journey takes is long and the way of it long.
I came out on the chariot of the first gleam of light,
and pursued my voyage through the wildernesses of worlds
leaving my track on many a star and planet.
It is the most distant course that comes nearest to thyself,
and that training is the most intricate which leads to the
utter simplicity of a tune.
The traveller has to knock at every alien door to come to his own,
and one has to wander through all the outer worlds to reach the innermost shrine at the end.
My eyes strayed far and wide before
I shut them and said `Here art thou!'
The question and the cry `Oh, where?'
melt into tears of a thousand streams and deluge
the world with the flood of the assurance `I am!'

என் பயணம் நெடுங்காலமாகத் தொடருகின்றது.
பாதையும் தூரம். முதல் ஒளி வெள்ளத்தின் தேரில் என்
பயணத்தைத் தொடங்கி, பல உலகங்களின் வழியாகவும்,
விண்மீன்களின் வழியாகவும் தொடர்ந்தேன்.
உன்னை அடைய நீண்டத் தொலைவு பயணம் செய்ய வேண்டி
உள்ளது. இந்த எளிய உண்மையைச் சீரான பண் போல் அறிய,
பல நுணுக்கமான பயிற்சிகள் தேவைப்படுகின்றன.
பயணி, தன்னுடைய இல்லத்தின் கதவை அடைவதற்கு,
அந்நியரின் ஒவ்வொரு கதவையும் தட்ட வேண்டும்.
ஒருவன், தன்னுள் இருக்கும் ஆலயத்தை இறுதியில் அடைவதற்கு,
வெளி உலகங்கள் யாவற்றிலும் உலவ வேண்டும்.
என் கண்கள் விரிந்து பரவலாகவும், தூரமாகவும் அவனைத்
தேடின. அவற்றை மூடிவிட்டுகூவினேன், "இங்கே தான் நீ
இருக்கின்றாய்!". 'எங்கே?' என்ற கேள்வியும் ஒலியும்ஆயிரம்
கண்ணீர் ஆறுகளாக மாறி, "இதோ நான்" என்ற உறுதிமொழி
பெருவெள்ளமாக உலகில் படர்ந்தது.

13

The song that I came to sing remains unsung to this day.
I have spent my days in stringing and in unstringing my instrument.
The time has not come true, the words have not been rightly set;
only there is the agony of wishing in my heart.
The blossom has not opened; only the wind is sighing by.
I have not seen his face, nor have I listened to his voice;
only I have heard his gentle footsteps
from the road before my house.
The livelong day has passed in spreading his seat on the floor;
but the lamp has not been lit and I cannot ask him into my house.
I live in the hope of meeting with him; but this meeting is not yet.

நான் பாட வந்த பாடல் இன்னும் பாடப்படாமல் உள்ளது.
என்னுடைய நாட்களை இசைக் கருவியின் கம்பிகளைக்
கட்டுவதிலேயும், நீக்குவதிலேயும் கழித்து விட்டேன்.
பாடுவதற்கு உரிய வேளை இன்னும் வரவில்லை. சொற்கள்
இன்னும் செம்மையாகக் கோர்க்கப்படவில்லை.
ஆனால் பாடுவதற்கு என் மனதில் ஆழ்ந்த விருப்பம் உள்ளது.
மலர் இன்னும் விரியவில்லை.
மென்மையான காற்று மட்டுமே ஏக்கத்துடன் வீசுகின்றது.
நான் அவன் முகத்தைப் பார்த்ததும் இல்லை.
அவன் குரலைக் கேட்டதும் இல்லை.
என் இல்லத்தின் முன் உள்ள தெருவிலிருந்து வரும்
அவனுடையமெல்லிய காலடி ஓசையை மட்டுமே
கேட்டிருக்கின்றேன். அவனுக்காகத் தரையில் கம்பளத்தை
விரிப்பதிலேயே பகல் நேரம் கழிந்து விட்டது.
விளக்கு இன்னும் ஏற்றப்படவில்லை.
இருட்டில்அவனை உள்ளே அழைக்க முடியாது.
அவனைச் சந்திக்கும் ஆவலில் நான் வாழ்கின்றேன்.
ஆனால் இந்த சந்திப்பு இன்னும் நிகழவில்லை.

14

My desires are many and my cry is pitiful,
but ever didst thou save me by hard refusals;
and this strong mercy has been wrought into my life
through and through.
Day by day thou art making me worthy of the simple,
great gifts that thou gavest to me unasked, this sky and the light,
this body and the life and the mind, saving me
from perils of overmuch desire.
There are times when I languidly linger and times
when I awaken and hurry in search of my goal;
but cruelly thou hidest thyself from before me.
Day by day thou art making me worthy of thy
full acceptance by refusing me ever and anon,
saving me from perils of weak, uncertain desire.

என் விருப்பங்கள் அதிகம்.
அவை நிறைவேற வேண்டும் என்ற ஆவலில்நான்
அழுது துடித்தேன்.
ஆனால் நீ அவற்றை உறுதியாக மறுத்து,
என்னைக் காப்பாற்றினாய்.
இந்தவலிய இரக்கத்தைநான் அடிக்கடி
என் வாழ்வில் காண்கின்றேன்.
நாட்கள் செல்லச்செல்ல, நான் கேட்காமலேயே,
எளிய,உயர்ந்த பரிசுகளை அளித்து என்னைச் சிறப்பித்தாய்.
இந்த வானத்தையும், ஒளியையும், உடலையும்,
மனதையும் கொடுத்தாய்.
பேராசை என்னும் ஆபத்திலிருந்து
என்னைக் காப்பாற்றினாய்.
நான் தளர்ச்சியுடன் தாமதித்து இருக்கும்
நேரங்கள் உள்ளன.
என் குறிக்கோளைத் தேடி விரைந்துச்
செல்லும் நேரங்களும் உள்ளன. ஆனால்,
நீ கொடூரமாக உன்னை என்னிடமிருந்து மறைத்துக்

கொள்கின்றாய்.

நாட்கள் செல்லச்செல்ல, என் விருப்பங்களை அவ்வப்போது மறுத்து, உறுதி இல்லாத, தடுமாறும் ஆசை என்ற ஆபத்திலிருந்து என்னைக் காப்பாற்றி, முழுமையாகநீ ஏற்றுக்கொள்வதற்கு என்னை உரியவன் ஆக்குகின்றாய்.

15

I am here to sing thee songs. In this hall of thine
I have a corner seat.
In thy world I have no work to do; my useless
life can only break out in tunes without a purpose.
When the hour strikes for thy silent worship at the dark
temple of midnight, command me, my master,
to stand before thee to sing.
When in the morning air the golden harp is tuned,
honour me, commanding my presence.

இங்கு நான் உனக்காகப் பாட வந்துள்ளேன்.
உன்னுடைய இந்தப் பெரிய அறையின் ஒரு மூலையில் என்
இருக்கை உள்ளது.
உன் உலகில் எனக்குப் பணி இல்லை.
என் பயனில்லா வாழ்வு குறிக்கோள் இல்லா
பண்களைத் தான் வெளிப்படுத்தும்.
நள்ளிரவின் இருண்ட கோவிலில்,
அமைதியான வழிப்பாட்டுநேரத்தில்,
என்னை உன் முன்நின்று பாடச் சொல்லி கட்டளையிடு,
என் தலைவா! காலைக் காற்றில்
என்னுடைய பொன் யாழ் சுருதியுடன் இருக்கும் பொழுது,
என்னை நீ அழைத்துப் பெருமைப்படுத்து!

16

I have had my invitation to this world's festival,
and thus my life has been blessed.
My eyes have seen and my ears have heard.
It was my part at this feast to play upon my instrument,
and I have done all I could.
Now, I ask, has the time come at last
when I may go in and see thy face and offer thee
my silent salutation?

இந்த உலகம் என்னும் பெரு விழாவிற்கு வர எனக்கு அழைப்பு
கிடைத்து, என் வாழ்க்கை நிறைவாக அமைந்து விட்டது.
என் கண்கள் நிறையப் பார்த்து விட்டன.
என் காதுகள் நிறையக் கேட்டு விட்டன.
இந்தப் பெருவிழாவில் இசைக் கருவியை
மீட்ட வேண்டியது என் கடமை.
என்னால் முடிந்த யாவற்றையும் செய்தேன்.
இப்பொழுதுநான் கேட்கின்றேன் உன்னிடம்,
"உன் முகத்தை நோக்கிஎன் மௌன வணக்கத்தை
உனக்கு நான் தெரிவிக்கும் வேளை வந்து விட்டதா?"

17

I am only waiting for love to give myself up at last into his hands.
That is why it is so late and
why I have been guilty of such omissions.
They come with their laws and their codes to bind me fast;
but I evade them ever, for I am only waiting for
love to give myself up at last into his hands.
People blame me and call me heedless;
I doubt not they are right in their blame.
The market day is over and work is all done for the busy.
Those who came to call me in vain have gone back in anger.
I am only waiting for love to give myself up at last into his hands.

நான் என்னை இறுதியாக அவன் கைகளில் ஒப்படைக்க,
அன்பின் வரவிற்காகமட்டுமே காத்திருக்கின்றேன்.
அதனால் தான் மிகவும் தாமதமாகி விட்டது.
செய்யவேண்டியவற்றையும் அவ்வாறு செய்யாமல்விட நேர்ந்தது.
அவர்கள் சட்டங்களாலும், திட்டங்களாலும் என்னைக்
கட்டுப்படுத்தப் பார்க்கின்றார்கள்.
ஆனால் நான் அவற்றிலிருந்து நழுவி,
அவனிடம் என்னை ஒப்படைக்கும்பொருட்டுஅன்பின்
வரவிற்காகமட்டுமே காத்திருக்கின்றேன்.
மக்கள் "பொறுப்பில்லாதவன்" என்று என்னைத் தூற்றுகின்றனர்.
அவர்கள் என் மேல் பழி சுமத்துவது சரிதான்.
சந்தை முடிந்து விட்டது.
சுறுசுறுப்பாக வேலை செய்பவர்களின் பணியும் முடிந்து விட்டது.
என்னை அழைக்க வந்தவர்கள்,
நான் அவர்களுடன் செல்லாதலால், சினத்துடன் போய் விட்டனர்.
இறுதியில் நான் என்னை அவன் கைகளில் ஒப்படைக்க,
அன்பின் வரவிற்காக மட்டுமே காத்திருக்கின்றேன்.

18

Clouds heap upon clouds and it darkens. Ah, love,
why dost thou let me wait outside at the door all alone?
In the busy moments of the noontide work I am with the crowd,
but on this dark lonely day it is only for thee that I hope.
If thou showest me not thy face, if thou leavest me wholly aside,
I know not how I am to pass these long, rainy hours.
I keep gazing on the far-away gloom of the sky,
and my heart wanders wailing with the restless wind.

மேகங்கள் ஒன்றின் மீது ஒன்றாகக் குவிந்து விட்டன.
இருட்டி விட்டது. ஆ அன்பே! என்னை ஏன் வெளியே,
கதவின் அருகில், தனிமையில் தவிக்க விட்டாய்?
வேலை நேரத்தில் நண்பகலில் அலுவல்கள் இடையே,
நான் கூட்டத்தோடு இருக்கின்றேன்.
ஆனால் இந்த இருண்ட, தனிமையான இரவு நேரத்தில்,
உன்னையே எதிர்பார்க்கின்றேன்.
நீ உன் முகத்தைக் காட்டாது என்னைப் புறக்கணித்தால்,
எப்படித்தான் நான் நீண்ட மழைக்காலத்தைக் கழிப்பேனோ?
தொலைதூரத்தில் உள்ள இருண்ட வானைப்
பார்த்தவண்ணம் இருக்கின்றேன்.
ஆனால் என் நெஞ்சம் அமைதியற்ற காற்றில்
அழுகையுடன் செல்கின்றது.

19

If thou speakest not, I will fill my heart with
thy silence and endure it.
I will keep still and wait like the night with starry
vigil and its head bent low with patience.
The morning will surely come, the darkness will vanish,
and thy voice pour down in golden streams
breaking through the sky.
Then thy words will take wing in songs
from every one of my birds' nests,
and thy melodies will break forth in flowers in all my
forest groves.

நீ என்னிடம் பேசாவிட்டால், என் நெஞ்சை உன் மௌனத்தால்
நிரப்பி, துன்பத்தைத் தாங்கிக் கொள்வேன்.
இரவு, விண்மீன்களுடன் தலைகவிழ்ந்து,
பொறுமையாக விடியும் வேளைக்குக் காத்திருப்பது போல,
நானும் அசையாமல் காத்திருப்பேன்.
நிச்சயமாகப் பொழுதும் புலரும்.
இருளும் நீங்கும்.
உன் குரல் பொன் ஓடைகளாக வானிலிருந்து வடியும்.
அதன் பின், உன் சொற்கள் என் பறவைக் கூடுகளில் உள்ள
பறவைகளின் இசையாக மாறும்.
உன் பண்கள், என் எல்லா காட்டுச் சோலைகளிலும்
மலர்களாக வெளிப்படும்.

20

On the day when the lotus bloomed, alas,
my mind was straying, and I knew it not.
My basket was empty and the flower remained unheeded.
Only now and again a sadness fell upon me,
and I started up from my dream and felt a sweet trace of a strange
fragrance in the south wind.
That vague sweetness made my heart ache with
longing and it seemed to me that is was the eager
breath of the summer seeking for its completion.
I knew not then that it was so near, that it was mine,
and that this perfect sweetness had blossomed in the
depth of my own heart.

தாமரை மலர்ந்தஅன்று, என் மனம் அலைக்கழிந்து
ஒரு நிலையில் இல்லாததால், அதை நான் அறியவில்லை.
ஐயோ! என் பூக்கூடை வெறிச்சென்று இருந்தது.
அந்தமலர் கேட்பாரற்றுக் கிடந்தது.
அவ்வப்போது துன்பம் என்னைக் கவ்விக் கொண்டபொழுது,
நான் என் கனவிலிருந்து விழித்து, தென்றலின் இனிமையான
வியப்புறும் நறுமணத்தை உணர்ந்தேன்.
விவரிக்க இயலாத அந்த இனிமை என் நெஞ்சை ஏக்கத்துடன்
வருத்த, அது தன் முடிவைத் தேடும் கோடைக்காற்றின் ஆவல்
நிறைந்த மூச்சுக் காற்றைப் போன்று எனக்குத் தோன்றியது.
அது என்மிக அருகில் உள்ளது என்றோ,
என்னுடையது என்றோ, இந்த முழுமையான இனிமை
என் நெஞ்சின் ஆழத்தில் அழகாக மலர்ந்திருந்தது என்றோ,
அப்பொழுது எனக்குத் தெரியவில்லை.

21

I must launch out my boat.
The languid hours pass by on the shore.
Alas for me!
The spring has done its flowering and taken leave.
And now with the burden of faded futile flowers I wait and linger.
The waves have become clamorous, and upon
the bank in the shady lane the yellow leaves flutter and fall.
What emptiness do you gaze upon!
Do you not feel a thrill passing through
the air with the notes of the far-away song
floating from the other shore?

என் படகை நான் செலுத்த வேண்டிய நேரம் வந்து விட்டது.
கரையில், என் பொழுது தளர்ச்சியுடன் கழிகின்றதே! ஐயோ!
இளவேனில் தன் பங்கிற்கு மலர்களை மலரச் செய்துவிட்டு,
விடைபெற்றுக் கொண்டது.
இப்பொழுது வாடிய, உதவாத மலர்களைத் தாங்கியவண்ணம்
நான் தொடர்ந்து காத்திருக்கின்றேன்.
அலைகள் ஆரவாரிக்கின்றன. கரை ஓரத்தில்,
நிழலடிப் பாதையில், மஞ்சள் இலைகள் மேலும் கீழும்
அசைந்தவண்ணம் கீழே உதிர்கின்றன.
எந்த வெற்றிடத்தை நீ நோக்குகின்றாய்?
எதிர்க் கரையிலிருந்து காற்றில் மிதந்து வரும் இனிய பாடல்
உன் காதில் விழுந்து உன் மேனி சிலிர்க்கவில்லையா?

22

In the deep shadows of the rainy July, with secret steps,
thou walkest, silent as night, eluding all watchers.
Today the morning has closed its eyes,
heedless of the insistent calls of the loud east wind,
and a thick veil has been drawn over the ever-wakeful blue sky.
The woodlands have hushed their songs,
and doors are all shut at every house.
Thou art the solitary wayfarer in this deserted street.
Oh my only friend, my best beloved,
the gates are open in my house. do not pass by like a dream.

இருண்ட கார்காலத்தில், ஒளிந்து ஒளிந்து அடியெடுத்து வைத்து,
அமைதியான இரவு போல், பிறர் பார்வையிலிருந்து உன்னை
மறைத்துக் கொண்டு நீ நடக்கின்றாய்.
இன்று கீழ்த்திசையின் தொடர்ந்து முழங்கும் ஒலிகளைப்
புறக்கணித்து விட்டு, காலைப்பொழுது உறங்குகின்றது.
இருண்ட திரையாகக் கருமுகில்கள் என்றும் விழிப்புடன் இருக்கும்
நீல வானில் படர்ந்திருக்கின்றன.
சோலைகளில் இருந்து வரும்பாடல்கள் நின்று விட்டன.
எல்லா இல்லங்களிலும் கதவுகள் மூடப்பட்டுவிட்டன.
நீ மட்டுமே தன்னந்தனியாக ஆளில்லா வீதியில் செல்கின்றாய்.
ஆ! என் ஒரே நண்பா! என்ஆருயிரே!
என் இல்லத்தின் கதவுகள் உனக்காகத் திறந்திருக்கின்றன!
ஒரு கனவைப் போல், கடந்து சென்று விடாதே.

23

Art thou abroad on this stormy night on thy journey of love,
my friend? The sky groans like one in despair.
I have no sleep tonight. Ever and again
I open my door and look out on the darkness, my friend!
I can see nothing before me.
I wonder where lies thy path!
By what dim shore of the ink-black river,
by what far edge of the frowning forest,
through what mazy depth of gloom art thou
threading thy course to come to me, my friend?

புயலடிக்கும் இந்தக் கடும் இரவில்,
உன் அன்புப் பயணத்தை நீ மேற்கொண்டாயா, என் நண்பா?
வேதனையில் முனங்குவது போல் வானம் உறுமுகின்றது.
எனக்கு இன்று உறக்கமில்லை.
மீண்டும், மீண்டும் என் கதவைத் திறந்து,
இருட்டில் உன்னைத் தேடுகின்றேன்,
என் நண்பா! என் கண் முன்னால் ஒன்றுமே தென்படவில்லை.
உன் பாதை எங்கு இருக்கின்றது என்று புரியவில்லை.
கறுப்பு மையென ஓடும் ஆற்றின் தெளிவில்லா கரையிலா?
சீறும் காட்டின் தூரத்து எல்லையிலா?
குழப்பமான ஆழ்ந்த கலக்கத்தையுடைய பாதையிலா?
எந்தப் பாதையில் நீ என்னிடம் வந்து கொண்டிருக்கின்றாய்,
என் நண்பா?

24

If the day is done, if birds sing no more,
if the wind has flagged tired,
then draw the veil of darkness thick upon me,
even as thou hast wrapt the earth with the coverlet of sleep and
tenderly closed the petals of the drooping lotus at dusk.
From the traveller, whose sack of provisions is empty
before the voyage is ended,
whose garment is torn and dustladen,
whose strength is exhausted, remove shame and poverty,
and renew his life like a flower under
the cover of thy kindly night.

அந்திப் பொழுதில், பறவைகள் பாடாதிருந்தால்,
காற்று ஓய்ந்து அடங்கிவிட்டால்,
நீ உலகை இருளில் மூழ்கவைத்து, தளர்ந்திருக்கும்
தாமரை இதழ்களை மென்மையாக மூடுவதைப்போல்,
என் மேல் கனத்த இருளைப் போர்த்தி விடு.
பயணம் முடியும் முன் பையில் உள்ள உணவு தீர்ந்து,
கிழிந்தபுழுதி ஆடையுடன்இருக்கும் நலிந்த பயணியின்
வறுமையையும் நாணத்தையும் நீக்கி, அவனுக்கு,
உன் அன்பான இரவில் மலர் விரிவதைப் போன்ற
புத்துயிரைக் கொடு.

25

In the night of weariness let me give myself up to
sleep without struggle, resting my trust upon thee.
Let me not force my flagging spirit into a
poor preparation for thy worship.
It is thou who drawest the veil of night upon
the tired eyes of the day
to renew its sight in a fresher gladness of awakening.

தளர்ச்சியில் தோய்ந்த இரவில்,
நான் என் பொறுப்புக்களை உன்னிடம் ஒப்படைத்து விட்டு,
அமைதியாக உறங்க வேண்டும்.
உன்னை செம்மை இல்லா ஏற்பாட்டுடன் வழிபடுவதற்கு
நான் என் தளர்ந்த உள்ளத்தை விரட்டும் நிலை வேண்டாம்.
நீயன்றோ பகலின் சோர்ந்த கண்கள் மீது
இரவு என்னும் போர்வையைப் போர்த்தி,
மீண்டும் அதற்குப் புத்துயிர் என்னும் ஒளியைக் கொடுத்து,
இனிமையாக விழிக்கச் செய்கின்றாய்!

26

He came and sat by my side but I woke not.
What a cursed sleep it was, O miserable me!
He came when the night was still;
he had his harp in his hands, and my dreams
became resonant with its melodies.
Alas, why are my nights all thus lost?
Ah, why do I ever miss his sight
whose breath touches my sleep?

அவன் என் அருகில் வந்து அமர்ந்தான்.
ஆனால் நான் விழிக்கவில்லை.
ஆ! எத்துணை வருந்தத்தக்க தூக்கம் அது!
ஐயோ, இரங்கத்தக்கவன் நான்!
இரவின் அமைதியில் அவன் வந்தான்.
கையில் யாழோடு அவன் வந்தான்.
என் கனவில் எல்லாம் அதன் இன்னிசை எதிரொலித்தது.
ஐயோ, என் இரவுகள் எல்லாம் ஏன்இவ்வாறு வீணாகின்றன?
தன் மூச்சால், நான் உறங்கும் பொழுது என்னைத் தொடுபவனை,
ஏன் நான் என் கண்களால் காண முடியவில்லை?

27

Light, oh where is the light?
Kindle it with the burning fire of desire!
There is the lamp but never a flicker of a flame.
Is such thy fate, my heart? Ah, death were better by far for thee!
Misery knocks at thy door,
and her message is that thy lord is wakeful,
and he calls thee to the love-tryst through the darkness of night.
The sky is overcast with clouds and the rain is ceaseless.
I know not what this is that stirs in me.
I know not its meaning.
A moment's flash of lightning drags down a deeper gloom
on my sight, and my heart gropes for the path
to where the music of the night calls me.
Light, oh where is the light! Kindle it
with the burning fire of desire! It thunders
and the wind rushes screaming through the void.
The night is black as a black stone.
Let not the hours pass by in the dark.
Kindle the lamp of love with thy life.

ஒளி! ஆ! எங்கே இருக்கின்றது ஒளி?
ஆவல் என்னும் நெருப்பால் அதை ஏற்று!
விளக்கு இருந்தும் அதில் மிளிரும் சுடர் இல்லை.
நெஞ்சமே! இதுதானா உன் தலைவிதி?
இதை விட நீ சாவதே மேல்!
துன்பம் என்பவள் என் கதவைத் தட்டி,
என் தலைவன் விழித்திருக்கின்றான் என்றும்,
இருட்டு வேளையின் அன்புச் சந்திப்பிற்காக என்னை
அழைக்கின்றான் என்றும் கூறுகின்றாள்.
வானத்தில் கருமுகில்கள் குவிந்திருக்கின்றன.
மழையும் விடாமல் பெய்கின்றது.
என்னுள் இருக்கும் துடிப்பு என்னவென்று எனக்குத்
தெரியவில்லை.
அதன் பொருளும் எனக்குப் புரியவில்லை.
ஒரு கணம் பளிச்சிடும் மின்னல்,

என்னுடைய பார்வையை ஆழ்ந்த இருட்டிற்கு
இழுத்துச் செல்கின்றது.
இரவின் இசை என்னை அழைக்குமிடத்திற்குச் செல்லும்
பாதைக்காக என் நெஞ்சு தடவித் தவிக்கின்றது.
ஒளி! ஆ! எங்கே இருக்கின்றது ஒளி?
ஆவல் என்னும் நெருப்பால் அதை ஏற்று.
இடி இடிக்கின்றது.
வெட்ட வெளியில், காற்று ஊளையிட்டு ஊதுகின்றது.
இரவு கறுப்புப் பாறைப் போன்று கருமையாக உள்ளது.
இருட்டிலேயே நேரம் எல்லாம் கழிந்து விடாமல்
இருக்க வேண்டும்.
அன்பு என்னும் விளக்கை உன் உயிரால் ஏற்று.

28

Obstinate are the trammels, but my heart aches
when I try to break them.
Freedom is all I want, but to hope for it I feel ashamed.
I am certain that priceless wealth is in thee,
and that thou art my best friend, but I have not the heart
to sweep away the tinsel that fills my room
The shroud that covers me is a shroud of dust and death;
I hate it, yet hug it in love.
My debts are large, my failures great,
my shame secret and heavy;
yet when I come to ask for my good,
I quake in fear lest my prayer be granted.

முரணான தடைகளை நான் உடைக்க முற்படும்பொழுது,
என் நெஞ்சு வலிக்கின்றது.
எனக்கு விடுதலை மட்டுமே வேண்டும்.
ஆனால் அதை நாட நான் நாணுகின்றேன்.
உன்னிடம் விலை மதிப்பல்லாத செல்வம் உள்ளது
என்று எனக்குக் கண்டிப்பாகத் தெரியும்.
நீ என் சிறந்த நண்பன் என்பதும் எனக்குத்தெரியும்.
என்றாலும், என் அறையில் நிறைந்திருக்கும் சிறு பொருட்களை,
என்னால் தூக்கி எறிய முடியவில்லையே!
என்னை மறைக்கும் ஆடை, புழுதியையும் சாவையும் கொண்டது.
அதை நான் வெறுக்கின்றேன் என்றாலும்,
அதை விருப்பத்துடன் தழுவிக் கொள்கின்றேன்.
என் கடன்கள் பெரிய தொகை.
என் தோல்விகள் நிறைய.
என் அவமானம் கனமானது.
அது மறைக்கப்பட்டது.
எனினும், என் நன்மைக்காக நான் உன்னிடம் வேண்டும் பொழுது,
என் வேண்டுதலில் நான் கேட்கும் பேறு
கிடைத்துவிடுமோ என்று அச்சத்தால் நடுங்குகின்றேன்.

29

He whom I enclose with my name is weeping in this dungeon.
I am ever busy building this wall all around;
and as this wall goes up into the sky day by day
I lose sight of my true being in its dark shadow.
I take pride in this great wall, and I plaster it with dust
and sand lest a least hole should be left in this name;
and for all the care I take I lose sight of my true being.

'நான்' என்ற பெயரால் அழைக்கப்படுபவன்,
இந்தச் சிறையில் அடைக்கப்பட்டிருக்கின்றான்.
நான் என்னைச் சுற்றி உயர்ந்த சுவரைத்
தொடர்ந்து எழுப்பிக் கொண்டே இருக்கின்றேன்.
இந்தச் சுவர் வானை நோக்கி உயரமாக நாள்தோறும் செல்ல,
இதன் நிழலில் நான் என் உண்மைத் தன்மையைக்
காண முடியாமல் இருக்கின்றேன்.
நான் இந்தப் பெரிய சுவரால் பெருமை கொள்கின்றேன்.
என் பெயருக்குக் களங்கம் ஏற்படாமல் இருக்க,
இதில் ஒரு சிறிய ஓட்டை கூட இல்லாதபடி,
இதன் மேல் புழுதியாலும் மண்ணாலும் செய்த
சாந்தைப் பூசுகின்றேன்.
இத்துணை கவனமும் இதற்காகவே கொண்டதால்,
என் உண்மைத் தன்மையை என்னால் உணர முடியவில்லை.

30

I came out alone on my way to my tryst.
But who is this that follows me in the silent dark?
I move aside to avoid his presence but I escape him not.
He makes the dust rise from the earth with his swagger;
he adds his loud voice to every word that I utter.
He is my own little self, my lord, he knows no shame;
but I am ashamed to come to thy door in his company.

உன்னைச் சந்திக்கத் தனியாக வந்தேன்.
இந்த அமைதியான இருளில், என்னைப் பின்தொடர்வது யார்?
நான் அவனிடமிருந்து விலக எண்ணி ஒதுங்குகின்றேன்.
ஆனால் அவனிடமிருந்து என்னால் தப்பிக்க முடியவில்லை.
அவன் தன் கால்களை ஓங்கித் தரையில் மிதித்து,
தூசியைக் கிளப்பிக் கொண்டு வருகின்றான்.
நான் மொழியும் ஒவ்வொரு சொல்லையும்
தன் பெருங்குரலால் அவன் ஒலிக்கின்றான்.
அவன் என் சிறு உருவம், என் தலைவா!
அவனுக்கோ சிறிதும் நாணமில்லை.
ஆனால் அவனுடன் உன் வாயிலுக்கு வர
எனக்குத்தான் நாணமாக உள்ளது.

31

'Prisoner, tell me, who was it that bound you?'
'It was my master,' said the prisoner.
'I thought I could outdo everybody in the
world in wealth and power,
and I amassed in my own treasure-house the money
due to my king.
When sleep overcame me I lay upon
the bed that was for my lord,
and on waking up I found I was a prisoner in my
own treasure-house.'
'Prisoner, tell me, who was it that wrought this unbreakable chain?'
'It was I,' said the prisoner, 'who forged this chain very carefully.
I thought my invincible power would hold the
world captive leaving me in a freedom undisturbed.
Thus night and day I worked at the chain with
huge fires and cruel hard strokes.
When at last the work was done and the links were
complete and unbreakable,
I found that it held me in its grip.'

"கைதியே! உன்னைப் பிணித்தது யார்?" என்ற கேள்விக்கு
"என் தலைவன்" எனக் கைதி பதில் கூறினான்.
மேலும் கூறினான், "உலகிலேயே அதிகப் பணமும்,
வலிமையையும் பெற எண்ணி,
மன்னனுக்குரிய பணத்தை என் பண அறையில் சேர்த்தேன்.
கண் அயர்ந்து விட்டபொழுது, என் தலைவனுக்காக
வைத்திருக்கும் கட்டிலில் நான் படுத்தேன்.
விழித்துப் பார்த்தால், என் பண அறையிலேயே
நான் கைதியாக நிற்கின்றேன்".
"கைதியே! இந்த உறுதியான சங்கிலியை யார் செய்தார்கள்"
என்ற கேள்விக்கு, "நானேதான்" எனக் கைதி பதில் கூறினான்.
"மிகுந்த கவனத்துடன் செய்தேன்.
என் அசைக்க முடியாத வலிமையினால் உலகை அடக்கி ஆண்டு,
பிணிப்பு இல்லா விடுதலையை நான் அடைவேன்

என்று எண்ணினேன். அதனால் இரவும் பகலும்
சங்கிலியைச் செய்வதற்காக, பட்டறையில் பெருங்கனலில்
கடுமையாகச் சுத்தியலை அடித்து உழைத்தேன்.
இறுதியில் வேலை முடிந்து
உடைக்க முடியாத சங்கிலி உருவானது.
ஆனால் அது என்னைப் பிணித்துவிட்டது என்பதை
அப்பொழுது தான் நான் உணர்ந்தேன்" என்றான்.

32

By all means they try to hold me secure who love me in this world.
But it is otherwise with thy love which is greater than theirs,
and thou keepest me free.
Lest I forget them they never venture to leave me alone.
But day passes by after day and thou art not seen.
If I call not thee in my prayers, if I keep not thee in my heart,
thy love for me still waits for my love.

இவ்வுலகில் என்னை விரும்புவோர் எல்லா விதத்திலும்
என்னைப் பற்றிக்கொள்ள முயற்சி செய்கின்றார்கள்.
மாறாக, அவர்களின் அன்புக்கு மேம்பட்ட அன்பால் நீ எனக்கு
முழுமையாக விடுதலையை அளித்திருக்கின்றாய்.
அவர்களை நான் மறந்து விடுவேனோ என்று அஞ்சி,
அவர்கள் என்னை விட்டு அகல மறுக்கின்றனர்.
ஆனால், நாளுக்கு மேல் நாள் சென்றாலும் கூட,
என்னால் உன்னைப் பார்க்க முடியவில்லை.
நான் உன்னை வணங்காவிட்டாலும், என் நெஞ்சில் உன்னை
வைக்காவிட்டாலும், உன் அன்பு என் அன்புக்காக
இன்னமும் காத்திருக்கின்றது.

33

When it was day they came into my house and said,
`We shall only take the smallest room here.'
They said, `We shall help you in the worship of
your God and humbly accept only our own share in his grace';
and then they took their seat in a corner
and they sat quiet and meek.
But in the darkness of night I find they
break into my sacred shrine,
strong and turbulent, and snatch with unholy
greed the offerings from God's altar.

அவர்கள் பகலில் என் இல்லத்திற்குள் நுழைந்து கூறினார்கள்,
"இங்குள்ள சின்ன அறையை மட்டும்
நாங்கள் எடுத்துக் கொள்கின்றோம்".
மேலும் கூறினார்கள், "உன் இறைவனின் வழிபாட்டில்
உனக்கு உதவி செய்து, பின் பணிவாக அவன் அருளில்
எங்கள் பங்கை மட்டுமே ஏற்றுக் கொள்வோம்".
பின் எளிமையாக, அமைதியாக அவர்கள்
ஒரு மூலையில் அமர்ந்தனர்.
ஆனால் இரவின் இருளில், வலிமையுடனும்
முரட்டுத்தனமாகவும் என் புனிதமான கருவறையில் நுழைந்து,
இறைவனின் வழிபாட்டுப் பொருட்களைப்
புனிதமில்லா பேராசையோடு
கவர்ந்து கொண்டனர் என்பதை அறிந்தேன்.

34

Let only that little be left of me whereby
I may name thee my all.
Let only that little be left of my will whereby
I may feel thee on every side,
and come to thee in everything,
and offer to thee my love every moment.
Let only that little be left of me whereby I may never hide thee.
Let only that little of my fetters be left whereby
I am bound with thy will,
and thy purpose is carried out in my lifeand
that is the fetter of thy love.

நீயே எல்லாம் என்று கூறும் என் சிறு பகுதி மட்டுமே
நிலைக்கட்டும்!
எல்லாவற்றிற்கும் உன்னை நாடி,
என் அன்பை ஒவ்வொரு கணமும் உனக்குத் தந்து,
உன்னை எல்லாப் பக்கங்களிலும் தொடும் என் மனதின்
சிறு பகுதி மட்டுமே நிலைக்கட்டும்!
என்னில் உறையும் உன்னை
ஒளிக்காமல் நான் வைத்திருக்கும்
சிறு பகுதி மட்டுமே நிலைக்கட்டும்!
உன் விருப்பத்துடன் என்னை பிணிக்கும் சங்கிலியின்
சிறு பகுதி மட்டுமே நிலைக்கட்டும்!
உன் குறிக்கோள் என் வாழ்வு மூலம் நிறைவேறும்.
அதுவே உன் அன்புச் சங்கிலி.

35

Where the mind is without fear and the head is held high;
Where knowledge is free;
Where the world has not been broken up into fragments
by narrow domestic walls;
Where words come out from the depth of truth;
Where tireless striving stretches its arms towards perfection;
Where the clear stream of reason has not lost its way
into the dreary desert sand of dead habit;
Where the mind is led forward by thee
into ever-widening thought and action
Into that heaven of freedom, my Father, let my country awake.

எங்கு மனம் அச்சமின்றித் தலைநிமிர்ந்து நிற்கின்றதோ,
எங்கு கல்வி எல்லோருக்கும் கிடைக்கின்றதோ,
எங்கு உலகம் குறுகிய குடும்பப் பூசலாகப்
பிரிக்கப்படவில்லையோ,
எங்கு சொற்கள் உண்மையின் அடிப்படையில்
தோன்றுகின்றனவோ,
எங்கு விடாமுயற்சி திருத்தத்தை நோக்கிச் செல்கின்றதோ,
எங்கு தெளிந்த சிந்தனை ஓடை, செயலற்ற பழக்கம் என்னும்
வறண்ட பாலைவன மண்ணில்
தன் பாதையை இழக்காமல் ஓடுகின்றதோ,
எங்கு உன் தலைமையினால், மனம் பரந்து விரியும்
எண்ணமும் செயலும் கொண்டு இயங்குகின்றதோ,
அந்தச் சுதந்திர சொர்க்கத்திற்கு
என் நாடு விழித்துச் செல்ல வேண்டும், என் தந்தையே!

36

This is my prayer to thee, my lord!
Strike, strike at the root of penury in my heart.
Give me the strength lightly to bear my joys and sorrows.
Give me the strength to make my love fruitful in service.
Give me the strength never to disown the poor or
bend my knees before insolent might.
Give me the strength to raise my mind high above daily trifles.
And give me the strength to surrender my strength
to thy will with love.

இது என் வேண்டுதல், என் தலைவா!
என் நெஞ்சின் வறுமையை வேரோடு கிள்ளி எறிந்து விடு.
இன்பத்தையும் துன்பத்தையும் எளிதாகத் தாங்கும்
மன வலிமையை எனக்குத் தா.
என் அன்புப் பணியில் பயனுற வலிமையைத் தா.
ஏழைகளை ஒதுக்காது இருக்கவும்,
செருக்கான செல்வந்தர் முன் பயந்து ஒடுங்காமல் இருக்கவும்,
எனக்கு மன வலிமையைத் தா.
அன்றாடப் பூசல்களில் ஈடுபடாமல், மனதை
உயர்ந்த நிலையில் நிறுத்த, எனக்கு வலிமையைத் தா.
என் வலிமையை உன் கருத்துக்கு அன்புடன் சமர்ப்பிக்கும்
உறுதியையும் நீ எனக்குத் தா.

37

I thought that my voyage had come to its end at the
last limit of my power,
that the path before me was closed,
that provisions were exhausted and the time come
to take shelter in a silent obscurity.
But I find that thy will knows no end in me.
And when old words die out on the tongue,
new melodies break forth from the heart;
and where the old tracks are lost,
new country is revealed with its wonders.

என் வலிமையால் தொடங்கிய பயணம் அதன்
எல்லையை அடைந்துவிட்டது என்றும்,
என் முன் உள்ள பாதை மூடப்பட்டுவிட்டது என்றும்,
கொண்டு வந்த பொருட்கள் செலவாகிவிட்டன என்றும்,
இனி நான் மௌன மறைவில் உறையும் வேளை
வந்துவிட்டது என்றும் எண்ணினேன்.
ஆனால் உன் கருத்தின்படி எனக்கு எந்த எல்லையும் இல்லை
என்பதை உணருகின்றேன்.
பழைய சொற்கள் நாவிலிருந்து மறைந்தவுடன்,
நெஞ்சிலிருந்து புதிய இன்னிசை பிறக்கின்றது.
பழைய பாதைகள் மறையும் இடத்தில்,
அற்புதமான புதிய நிலம் தோன்றுகின்றது.

38

That I want thee, only thee, let my heart repeat without end.
All desires that distract me, day and night,
are false and empty to the core.
As the night keeps hidden in its gloom the petition for light,
even thus in the depth of my unconsciousness rings
the cry 'I want thee, only thee'.
As the storm still seeks its end in peace
when it strikes against peace with all its might,
even thus my rebellion strikes against
thy love and still its cry is 'I want thee, only thee'.

"எனக்கு நீயே வேண்டும். நீ மட்டுமே வேண்டும்"
என்று என் உள்ளம் விடாமல் கூறட்டும்.
என்னை இரவும் பகலும் கவரும் விருப்பங்கள் எல்லாம்
பொய்யானவை. கருவளவும் வெறுமையானவை.
இரவு தன்னுடைய இருளில் ஒளி வேண்டும் என்ற வேண்டுதலை
ஒளித்திருப்பது போல்,
என் உள்ளத்தில் ஆழ்ந்துள்ள உணர்வு
"எனக்கு நீயே வேண்டும், நீ மட்டுமே வேண்டும்"
என்று ஒலிக்கின்றது.
அமைதியை அதன் முழு வலிமையுடன் தாக்கும் புயல்
இறுதியில் அமைதியையே நாடுவது போல்,
என் மனதின் போராட்டங்கள் உன் அன்பை எதிர்த்தாலும்,
அதன் குரல் "எனக்கு நீயே வேண்டும், நீ மட்டுமே வேண்டும்"
என்று கதறுகின்றது.

39

When the heart is hard and parched up,
come upon me with a shower of mercy.
When grace is lost from life, come with a burst of song.
When tumultuous work raises its din on all sides
shutting me out from beyond,
come to me, my lord of silence, with thy peace and rest.
When my beggarly heart sits crouched, shut up in a corner,
break open the door, my king,
and come with the ceremony of a king.
When desire blinds the mind with delusion and dust,
O thou holy one, thou wakeful,
come with thy light and thy thunder.

நெஞ்சம் கல்லாகக் காய்ந்திருக்கும்பொழுது,
மழையின் இரக்கத்துடன் என்னிடம் வா.
வாழ்விலிருந்து அருள் நீங்கும் பொழுது,
ஒலிக்கும் பாடலோடு என்னிடம் வா.
குழப்பும் வேலை என்னைச் சூழ்ந்து யாவற்றிலிருந்தும்
என்னைப் பிரிக்கும்பொழுது, மௌனத்தின் தலைவா,
அமைதியுடனும் ஓய்வுடனும் என்னிடம் வா.
நான் இரங்கத்தக்க நிலையில் ஒரு மூலையில்
அடைபட்டு ஒடுங்கி கிடக்கும்பொழுது,
கதவை உடைத்துக் கொண்டு,
ஒரு மன்னனின் மிடுக்கோடு உள்ளே வா, என் காவலா!
விருப்பங்கள் என் மனதை குழப்பத்துடனும் தூசியுடனும்
மூடும்பொழுது, புனிதமானவனே! விழிப்புடையவனே!
உன் ஒளியுடனும் இடியுடனும் வா!

40

The rain has held back for days and days, my God,
in my arid heart.
The horizon is fiercely naked, not the thinnest cover of a soft cloud,
not the vaguest hint of a distant cool shower.
Send thy angry storm, dark with death, if it is thy wish,
and with lashes of lightning startle the sky from end to end.
But call back, my lord, call back this pervading silent heat,
still and keen and cruel, burning the heart with dire despair.
Let the cloud of grace bend low from above like the tearful look of
the mother on the day of the father's wrath.

இறைவா! மழை நிறைய நாட்கள் என் நெஞ்சம் என்னும்
பாலைவனத்தில் பொழியவில்லை.
வானம் வெறிச்சென்று இருக்கின்றது.
மெல்லிய முகில் கூட அங்கு இல்லை.
தொலைவிலிருந்து குளிர்ந்த சாரல் வரும் தடயம் எதுவும் இல்லை.
உனக்கு விருப்பமானால், வானத்தை அதிர வைக்கும்
மின்னல் சாட்டைகளுடன் கூடிய இறப்பைப் போன்ற
கொடூரமான இருண்ட புயலை அனுப்பு.
ஆனால் சூழ்ந்திருக்கும் மௌன வெட்பத்தை அழைத்துக் கொள்.
கூர்மையாகவும் கொடுமையாகவும் இருந்து,
அது என் மனதை எரிக்கின்றது.
தந்தையின் சினத்தின் முன் கண்ணீர் மல்கப் பார்க்கும்
தாயைப் போன்று, மேகம் என்னும் அருள்,
மேலிருந்து தவழ்ந்து வரட்டும்.

41

Where dost thou stand behind them all, my lover,
hiding thyself in the shadows?
They push thee and pass thee by on the dusty road,
taking thee for naught.
I wait here weary hours spreading my offerings for thee,
while passers-by come and take my flowers,
one by one, and my basket is nearly empty.
The morning time is past, and the noon.
In the shade of evening my eyes are drowsy with sleep.
Men going home glance at me and smile and fill me with shame.
I sit like a beggar maid, drawing my skirt over my face,
and when they ask me, what it is I want,
I drop my eyes and answer them not.
Oh, how, indeed, could I tell them that for thee I wait,
and that thou hast promised to come.
How could I utter for shame that I keep for my dowry this poverty.
Ah, I hug this pride in the secret of my heart.
I sit on the grass and gaze upon the sky and dream of the sudden
splendour of thy comingall the lights ablaze,
golden pennons flying over thy car,
and they at the roadside standing agape,
when they see thee come down from thy seat to
raise me from the dust,
and set at thy side this ragged beggar girl
a-tremble with shame and pride,
like a creeper in a summer breeze.
But time glides on and still no sound of the wheels of thy chariot.
Many a procession passes by with noise and shouts
and glamour of glory.
Is it only thou who wouldst stand in the shadow
silent and behind them all?
And only I who would wait and weep and wear
out my heart in vain longing?

அன்பே! நீ பிறர் பின்னால், எங்கேநிழலில் ஒளிந்திருக்கின்றாய்?
அவர்கள் உன்னை ஒரு பொருட்டாக நினைக்காமல்,
புழுதியையுடைய தெருவில் தள்ளிவிட்டு தாண்டிச்செல்கின்றனர்.
நான் உனக்காகப் படையல் பொருட்களை விரித்து
வைத்துக்கொண்டு, பொறுமையாக நீண்ட நேரம் காத்துக்
கொண்டிருக்கின்றேன். வழிப்போக்கர்கள் வந்து, என் மலர்களை
ஒவ்வொன்றாக எடுத்துச் செல்கின்றனர்.
மலர்க் கூடை அநேகமாகக் காலியாகி விட்டது.
காலையும் பகலும் கழிந்து விட்டது. மாலை வேளையில் என்
கண்கள் உறக்கத்தை நாடுகின்றன. வேலை முடிந்து வீடு செல்லும்
ஆண்கள் என்னைப் பார்த்துச் சிரிக்கின்றனர். எனக்கு அவமானமாக
உள்ளது. நான் ஒரு பிச்சைக்காரியைப் போல், பாவாடையினால்
என் முகத்தை மூடியவண்ணம் அமர்ந்திருக்கின்றேன்.
எனக்கு என்ன வேண்டும் என்று அவர்கள் கேட்கும் பொழுது,
பார்வை கீழே தாழ, ஒன்றும் கூறாமல் இருக்கின்றேன்.
நீ வருவேன் என்று உறுதியளித்தாய், உனக்காக நான்
காத்திருக்கின்றேன் என்று அவர்களிடம் எப்படி உரைப்பேன்?
உனக்குச் சீதனமாகத் தர என் வறுமையே உள்ளது என்று எவ்வாறு
மொழிவேன்? இந்தப் பெருமையை என் மனதிலேயே
மறைவாக வைத்துக் கொள்கின்றேன்.
புல்லின் மீது அமர்ந்து கொண்டு, வானத்தைப் பார்த்துக் கொண்டு,
நீ அமர்க்களமாய் வரும் காட்சியைக் கனவு காண்கின்றேன்.
என்கனவில் விளக்குகள் எரிகின்றன.
பொற்கொடிகள் உன் தேரின் மேல் பறக்கின்றன.
நீ உன் இருக்கையிலிருந்து இறங்கி, கந்தல் ஆடையில் இருக்கும்
ஏழைப் பெண்ணான என்னிடம் வந்து, என்னை அழைத்து,
உன் அருகில் அமரச்செய்யும் பொழுது, நாணத்துடனும்
பெருமையுடனும், கோடைத் தென்றலில் அசையும் கொடியைப்
போல் நான் நடுங்க, வீதியில் இருப்பவர்கள் அதைக்
கண்கொட்டாமல் பார்க்கின்றனர். ஆனால் நேரம் செல்கின்றது!
உன் தேரின் ஒலி கேட்கவில்லையே! நிறைய ஊர்வலங்கள்
ஆர்ப்பாட்டத்துடனும், ஒலியுடனும் தாண்டிச் செல்கின்றன.
அவற்றின் பின்னால் அமைதியான நிழலில் நீ இருக்கின்றாயா?
நான் மட்டுமே, உனக்காக நெஞ்சு துடிக்க அழுது ஏங்கிவீணாகக்
காத்துக் கொண்டிருக்கின்றேனா?

42

Early in the day it was whispered that we should sail in a boat,
only thou and I,
and never a soul in the world would know of this our pilgrimage
to no country and to no end.
In that shoreless ocean, at thy silently listening smile my songs
would swell in melodies,
free as waves, free from all bondage of words.
Is the time not come yet? Are there works still to do?
Lo, the evening has come down upon the shore and in the fading
light the seabirds come flying to their nests.
Who knows when the chains will be off, and the boat,
like the last glimmer of sunset, vanish into the night?

காலை வேளையில், ஒரு மெல்லிய குரல்,
நீயும் நானும் படகில் பயணம் செய்ய வேண்டும் என்று கூறியது.
நாம் இருவர் மட்டுமே! எல்லையில்லா இந்தப் பயணத்தைப் பிறர்
யாரும் அறிய மாட்டார்கள்! அந்தக் கரையில்லா கடலில்,
நீ புன்முறுவலோடு என் பாடலைக் கேட்கும்பொழுது,
என் பாடல் இன்னிசைப் பண்களோடு விரிந்து,
அலைகளைப் போல சுதந்திரமாக
சொற்களுக்குக் கட்டுப்படாமல் பறக்கும்.
உரிய வேளை இன்னும் வரவில்லையா?
இன்னும் செய்ய வேண்டிய காரியங்கள் இருக்கின்றனவா?
மாலை வந்து விட்டது. அந்தி வேளையில் கடல் பறவைகள்
கூட்டை நோக்கிப் பறக்கின்றன.
எப்பொழுது சங்கிலிகள் தளர்த்தப்பட்டு,
மாலை நேரத்தின் இறுதிக் கதிர் போல், படகு
இரவின் இருளில் மறையும் என்று யார் அறிவார்கள்?

43

The day was when I did not keep myself in readiness for thee;
and entering my heart unbidden even as one of the common crowd,
unknown to me, my king, thou didst press the signet of eternity
upon many a fleeting moment of my life.
And today when by chance I light upon them and see thy signature,
I find they have lain scattered in the dust mixed with
the memory of joys and sorrows of my trivial days forgotten.
Thou didst not turn in contempt from
my childish play among dust,
and the steps that I heard in my playroom are the
same that are echoing from star to star.

அன்று நான் உன்னை வரவேற்க ஏற்பாடு செய்யவில்லை.
ஆனால் மன்னனான நீ, கூட்டத்தில் இருக்கும்
சாதாரண மனிதன் போன்று, நான் அறியாமலேயே என்
நெஞ்சத்தில் புகுந்து, என்றும் நிலைக்கும் உன் முத்திரையை,
மிதந்து செல்லும் என் வாழ்வின்
பற்பல கணங்களின் மீது பதித்தாய்.
இன்று தற்செயலாக அவற்றின் மீது ஒளி பட,
உன் முத்திரையைக் காண்கையில், மறந்து விட்ட
இன்ப துன்ப நாட்களின் நினைவுப் புழுதியோடு அவை
கலந்து விட்டதைக் காண்கின்றேன்.
குழந்தையாகப் புழுதியில் நான் விளையாடும்பொழுது
என்னை நீ வெறுத்து ஒதுக்கவில்லை.
அன்று விளையாட்டு அறையில் கேட்ட உன் காலடி ஒலிகளே,
இன்று விண்மீன்களின் இடையே எதிரொலிக்கின்றன.

44

This is my delight,
thus to wait and watch at the wayside where shadow chases light
and the rain comes in the wake of the summer.
Messengers, with tidings from unknown skies,
greet me and speed along the road.
My heart is glad within, and the breath of the
passing breeze is sweet.
From dawn till dusk I sit here before my door,
and I know that of a sudden the happy moment
will arrive when I shall see.
In the meanwhile I smile and I sing all alone.
In the meanwhile the air is filling with the perfume of promise.

இந்தப் பாதையில் அமர்ந்து, இங்கு இருள்
ஒளியை விரட்டுவதையும்,கோடைக்காலத்தில் பொழியும்
இறுதி மழையையும், காண்பது என் இன்பம்.
தெரியாத இடங்களிலிருந்து தூதுவர்கள் தூதுடன் வந்து,
என்னை வாழ்த்தி விட்டு சாலை வழியாகச் செல்கின்றார்கள்.
என் நெஞ்சம் மகிழ்வுடன் இருக்கின்றது.
தென்றல் தன் இனிய மூச்சோடு தாண்டிச் செல்கின்றது.
விடியும் வேளையிலிருந்து அந்தி வரை நான் என்
வாயிலுக்கு முன் அமர்ந்து இருக்கின்றேன். திடீரென அந்த
மகிழ்ச்சியான வேளை வந்து விடும், அப்பொழுது நான்
உன்னைக் காண்பேன் என்பதை நான் அறிவேன்.
இதற்கிடையே, நான் புன்னகையுடன் தனிமையில் பாடிக்
கொண்டிருக்கின்றேன்.
இதற்கிடையே, நம்பிக்கை என்னும் நறுமணம்
காற்றில் கலக்கின்றது.

45

Have you not heard his silent steps? He comes, comes, ever comes.
Every moment and every age, every day and
every night he comes, comes, ever comes.
Many a song have I sung in many a mood of mind,
but all their notes have always proclaimed, 'He comes,
comes, ever comes.'
In the fragrant days of sunny April through the forest path
he comes, comes, ever comes.
In the rainy gloom of July nights on the thundering
chariot of clouds he comes, comes, ever comes.
In sorrow after sorrow it is his steps that press upon my heart,
and it is the golden touch of his feet that makes my joy to shine.

அவனுடைய ஒலியில்லா காலடி ஓசையை நீ கேட்டதில்லையா?
அவன் வருகின்றான், வருகின்றான், எப்பொழுதும் வருகின்றான்!
ஒவ்வொரு கணமும், ஒவ்வொரு யுகமும், ஒவ்வொரு நாளும்,
ஒவ்வொரு இரவும், அவன் வருகின்றான், வருகின்றான்,
எப்பொழுதும் வருகின்றான்!
நான் வெவ்வேறு மனநிலைகளில் எத்துணையோ
பாடல்களைப் பாடியிருக்கின்றேன்.
ஆனால் அவற்றின் சாரம் எல்லாம், அவன் வருகின்றான்,
வருகின்றான், எப்பொழுதும் வருகின்றான்!
வெயிலையுடைய நறுமணமான இளவேனில் நாட்களில்,
காட்டுப் பாதையின் வழியாக, அவன் வருகின்றான்,
வருகின்றான், எப்பொழுதும் வருகின்றான்!
இருண்ட மழைக்காலத்தில், இடி இடிக்கும் மேகம் என்ற தேரில்,
அவன் வருகின்றான், வருகின்றான், எப்பொழுதும் வருகின்றான்!
துன்பத்துக்கு மேல் துன்பம் வரும் பொழுதெல்லாம்,
அவன் காலடிகளே என் நெஞ்சை அழுத்தும்.
அவனுடைய பொற்பாதங்களே என்னைத் தீண்டி
என் மகிழ்ச்சியை மிளிரச் செய்யும்.

46

I know not from what distant time thou art ever
coming nearer to meet me.
Thy sun and stars can never keep thee hidden from me for aye.
In many a morning and eve thy footsteps have been heard
and thy messenger has come within my heart
and called me in secret.
I know not only why today my life is all astir,
and a feeling of tremulous joy is passing through my heart.
It is as if the time were come to wind up my work,
and I feel in the air a faint smell of thy sweet presence.

நீ எத்துணை தொலைவான காலத்திலிருந்து என்னை
அணுகி அணுகி வருகின்றாய் என்பது எனக்குத் தெரியாது.
கதிரவனாலும் விண்மீன்களாலும் உன்னை என்னிடமிருந்து
ஒரு கணம் கூட மறைக்க முடியாது.
பல காலைகளிலும் மாலைகளிலும் உன் காலடி ஒலியைக்
கேட்டிருக்கின்றேன்.
உன் தூதுவன், யாரும் அறியாதவண்ணம்,
என் நெஞ்சத்தில் புகுந்து என்னை அழைத்தான்.
இன்று ஏன் என் வாழ்வு சிலிர்க்கின்றது என்பதை அறியேன்!
பெரு மகிழ்ச்சி என் நெஞ்சில் படர்கின்றது.
என் வேலையை முடிக்கும் வேளை வந்தாற்போல்
தோன்றுகின்றது.
இனிய மணம் காற்றில் மென்மையாக மிதந்து வந்து,
நீ அருகில் இருப்பதை உணர்த்துகின்றது.

47

The night is nearly spent waiting for him in vain.
I fear lest in the morning he suddenly come to my door
when I have fallen asleep wearied out.
Oh friends, leave the way open to him, forbid him not.
If the sounds of his steps does not wake me,
do not try to rouse me, I pray.
I wish not to be called from my sleep
by the clamorous choir of birds,
by the riot of wind at the festival of morning light.
Let me sleep undisturbed even if my lord
comes of a sudden to my door.
Ah, my sleep, precious sleep,
which only waits for his touch to vanish.
Ah, my closed eyes that would open their
lids only to the light of his smile
when he stands before me like a dream emerging from
darkness of sleep.
Let him appear before my sight as the first of
all lights and all forms.
The first thrill of joy to my awakened soul let it
come from his glance.
And let my return to myself be immediate return to him.

இரவெல்லாம் அவனுக்காகக் காத்திருந்தும் பலனில்லை.
அதிகாலை வேளையில் அவன் திடீரென வரும்பொழுது நான்
அலுத்துப்போய்த் தூங்கிக் கொண்டிருப்பேனோ
என்று அஞ்சுகின்றேன்.
நண்பர்களே! அவனுக்காகக் கதவு திறந்திருக்கட்டும்!
அவனைத் தடுக்காதீர்கள்! அவனுடைய காலடி ஒலியைக் கேட்டு
நான் விழிக்காவிட்டால்,
என்னை நீங்கள் எழுப்பாதீர்கள் என்று கெஞ்சுகின்றேன்!
அந்தக் காலைஒளி விழாவில் பறவைகளின் சலசலப்பும்,
காற்றின் ஓலமும் என்னை எழுப்பக்கூடாது என்று

விரும்புகின்றேன்.
அவன் திடீரென வந்தால் கூட எழாமல் நான் தூங்க வேண்டும்.
ஓ தூக்கம்! இனிய தூக்கம்! அது அவன் வந்து தொட்டதும்
மறையக் காத்திருக்கின்றது.
மூடியிருக்கின்றன என் கண்கள்.
ஆழ்ந்த தூக்கத்திலிருந்து கிளம்பும் கனவு போல் அவனுடைய
புன்னகையினால் என் இமைகள் திறக்கும்.
முதல் படைப்பான ஒளியைப் போலவும் உருவத்தைப் போலவும்,
அவன் என் முன் தோன்றட்டும்.
அவனுடைய பார்வையினால் விழித்துக் கொண்ட
என் ஆத்மாவிற்கு,
அவனுடைய பார்வையினால் மகிழ்ச்சி ஏற்படட்டும்.
நான் இறுதியில் என்னை அடைவது,
அவனை உடனடியாக அடைவது ஆக இருக்கட்டும்.

48

The morning sea of silence broke into ripples of bird songs;
and the flowers were all merry by the roadside;
and the wealth of gold was scattered through the rift
of the clouds while we busily went on our way and paid no heed.
We sang no glad songs nor played; we went not to the village
for barter; we spoke not a word nor smiled;
we lingered not on the way.
We quickened our pace more and more as the time sped by.
The sun rose to the mid sky and doves cooed in the shade.
Withered leaves danced and whirled in the hot air of noon.
The shepherd boy drowsed and dreamed in the
shadow of the banyan tree,
and I laid myself down by the water and stretched
my tired limbs on the grass.
My companions laughed at me in scorn;
they held their heads high and hurried on;
they never looked back nor rested;
they vanished in the distant blue haze.
They crossed many meadows and hills,
and passed through strange, far-away countries.
All honour to you, heroic host of the interminable path!
Mockery and reproach pricked me to rise,
but found no response in me. I gave myself up for lost in the depth
of a glad humiliationin the shadow of a dim delight.
The repose of the sun-embroidered green gloom slowly
spread over my heart.
I forgot for what I had travelled, and I surrendered my
mind without struggle to the maze of shadows and songs.
At last, when I woke from my slumber and opened my eyes,
I saw thee standing by me, flooding my sleep with thy smile.
How I had feared that the path was long and wearisome, and the
struggle to reach thee was hard!

இளங்காலை அமைதி சலசலக்கும் பறவை ஒலியாக மாறியது.
சாலை ஓரத்தில் மலர்கள் மகிழ்வுடன் இருந்தன.
மேகங்களின் வழியே கதிரவனின் பொற்கதிர்கள் ஊடுருவி வந்தன.
ஆனால் இவற்றைக் கவனிக்காமல்,
நாங்கள் சுறுசுறுப்பாக எங்கள் வேலையில் ஈடுபட்டிருந்தோம்.
நாங்கள் பாடவோ, விளையாடவோ இல்லை.
பண்டமாற்றுக்குச் சிற்றூரை நோக்கி செல்லவில்லை.
சிரிக்கவோ பேசவோ இல்லை. வழியில் எங்கும் நிற்கவில்லை,
நேரம் ஆக ஆக, எங்கள் நடையை விரைவுபடுத்தினோம்.
கதிரவன் வான் உச்சியை அடைந்தது.
புறாக்கள் நிழலில் இரைந்தன.
உலர்ந்த இலைகள், வெட்பமான பகல் காற்றில் சுழன்று பறந்தன.
இடைச்சிறுவன் ஒருவன் ஆலமர நிழலில்,
சுகமாகப் படுத்து உறங்கி, கனவு கண்டு கொண்டிருந்தான்.
நான் நீரோடையருகில், புல்வெளியில் படுத்து,
களைத்துப் போயிருந்த என் உடலைச் சற்று நீட்டினேன்.
என் தோழர்கள் என்னை எள்ளி நகையாடிவிட்டு
நிமிர்ந்த தலையுடன் விரைந்தனர்.
அவர்கள் களைப்பாறவில்லை, திரும்பிப் பார்க்கவுமில்லை.
தூரத்தில் சென்று நீல நிற மஞ்சில் மறைந்தனர்.
புல்வெளிகளையும், மலைகளையும், தாண்டி நெடுந்தூரம் நடந்து
புதிய நாட்டிற்குச் சென்றனர்.
முடிவில்லா பாதைகளை உடையவனான உன்னையே எல்லாப்
புகழும் சேரும். ஏளனமும், கேலியும் என்னை எழுப்ப
முற்பட்டன. ஆனால் என் உடல் அசையவில்லை.
மகிழ்ச்சியான அவமானத்தின் ஆழத்தில் மறைந்து, மங்கிய
உவகையின் நிழலில், என்னால் இனி முடியாது என்று என்
முயற்சியைக் கைவிட்டேன். பகல் நேரத்தின் பசுமையான
தூக்க அலுப்பு என் நெஞ்சில் மெதுவாகப் பரவியது. நான்
எதற்காகப் பயணம் மேற்கொண்டேன் என்பதும் மறந்து விட்டது.
என் மனதை போராட்டமின்றி, குழப்பும் நிழலுக்கும்
பாடலுக்கும் சமர்ப்பணம் செய்தேன். இறுதியில் நான் விழித்துப்
பார்க்கும்பொழுது, நீ என் நித்திரையை உன் புன்னகையால்
நிரப்பி, என் முன் நின்று கொண்டிருந்தாய்.
உன்னை அடையும் பாதை நீண்டது என்றும்,
கடினமானது என்றும், நான் வீணாக அச்சம் கொண்டிருந்தேனே!

49

You came down from your throne and stood at my cottage door.
I was singing all alone in a corner, and the melody caught your ear.
You came down and stood at my cottage door.
Masters are many in your hall, and songs are sung there at all hours.
But the simple carol of this novice struck at your love.
One plaintive little strain mingled with the great music of the world, and with a flower for a prize you came down and stopped at my cottage door.

நீ அரியணையிலிருந்து இறங்கி, என் சிறிய இல்லத்தின்
கதவு அருகில் வந்து நின்றாய்.
நான் ஒரு மூலையில் தனியாகப் பாடிக் கொண்டிருந்தேன்.
என் பாடலின் ஒலி உன் செவியை அடைந்தது.
நீ இறங்கி வந்து என் சிறிய இல்லத்தின் கதவு அருகில் நின்றாய்.
உன் மன்றத்தில் பெரும் பாடகர்கள் உண்டு.
எப்பொழுதும் சிறந்த பாடல்களும் உண்டு.
ஆனால் இந்தப் புதுப் பாடகனின் எளிய பாட்டு
உன் அன்பைத் தொட்டது.
ஒரு மெல்லிய சோகராகம் உலகின் பெரும் பாடலோடு கலந்தது.
பரிசாக ஒரு மலரை ஏந்தியவண்ணம்,
நீ என் சிறிய இல்லத்தின் வாசலில் வந்து நின்றாய்.

50

I had gone a-begging from door to door in the village path,
when thy golden chariot appeared in the distance like a gorgeous
dream and I wondered who was this King of all kings!
My hopes rose high and me thought my evil days were at an end,
and I stood waiting for alms to be given unasked and for wealth
scattered on all sides in the dust.
The chariot stopped where I stood. Thy glance fell on me and thou
camest down with a smile.
I felt that the luck of my life had come at last.
Then of a sudden thou didst hold out thy right hand
and say `What hast thou to give to me?'
Ah, what a kingly jest was it to open thy palm to a beggar to beg!
I was confused and stood undecided, and then from my wallet
I slowly took out the least little grain of corn and gave it to thee.
But how great my surprise when at the day's end
I emptied my bag on the floor to find
a least little gram of gold among the poor heap.
I bitterly wept and wished that I had had the heart
to give thee my all.

சிற்றூரின் வீதியிலுள்ள ஒவ்வொரு வாயிலிலும்
நான் பிச்சை எடுக்கச் சென்றேன். உன் பொற்தேர்
மிகச் செம்மையான கனவு போல் தொலைவில் தோன்றியது.
அதிலுள்ள பெருமன்னன் யார் என வியந்தேன்.
என் நம்பிக்கை தழைத்தது. என் கெட்ட காலம்
முடிந்து விட்டது என்று எண்ணினேன்.
நான் கேட்காமலேயே எனக்கு நீ கொடுப்பாய் என்றும்,
என்னைச் சுற்றி புழுதியில் எல்லாம்
செல்வம் கொழிக்கும் என்றும் காத்திருந்தேன்.
தேர் என் அருகில் வந்து நின்றது.
உன் பார்வை என்மேல் விழுந்ததும், நீ புன்சிரிப்போடு
கீழே இறங்கி வந்தாய்.
என் வாழ்வில் நல்ல காலம் இறுதியில் வந்ததென உணர்ந்தேன்.

அப்பொழுது, திடீரென நீ உன் வலக்கரம் நீட்டி,
"எனக்குத் தர நீ என்ன வைத்திருக்கிறாய்?" என வினவினாய்.
ஆ! அரசனான நீ ஓர் ஏழையிடம் இவ்வாறு கேட்பது
நகைக்கவா, விளையாட்டுக்காகவா?
ஒன்றும் முடிவு செய்ய முடியாமல் குழம்பிப் போயிருந்தேன்.
என் பையில் உள்ளவற்றிலேயே மிகச் சிறிய
சோளமணி ஒன்றை எடுத்து உன்னிடம் தந்தேன்.
ஆனால் மாலையில், பையில் உள்ளவற்றைத் தரையில் கொட்டிப்
பார்க்கும்பொழுது, எனக்கு மிகுந்த வியப்பு ஏற்பட்டது.
என் எளிய உடைமைகளில் ஒரு சிறிய பொன்மணி கிடந்தது.
என் உடைமைகள் யாவற்றையும் உனக்குத் தரும் மனம்
எனக்கு இருக்கவில்லையே என்று நான் துடித்து அழுதேன்!

51

The night darkened. Our day's works had been done.
We thought that the last guest had arrived for the night and the
doors in the village were all shut.
Only some said the king was to come.
We laughed and said 'No, it cannot be!'
It seemed there were knocks at the door
and we said it was nothing but the wind.
We put out the lamps and lay down to sleep.
Only some said, 'It is the messenger!'
We laughed and said 'No, it must be the wind!'
There came a sound in the dead of the night.
We sleepily thought it was the distant thunder.
The earth shook, the walls rocked, and it troubled us in our sleep.
Only some said it was the sound of wheels.
We said in a drowsy murmur,
'No, it must be the rumbling of clouds!'
The night was still dark when the drum sounded.
The voice came 'Wake up! delay not!'
We pressed our hands on our hearts and shuddered with fear.
Some said, 'Lo, there is the king's flag!'
We stood up on our feet and cried 'There is no time for delay!'
The king has come—but where are lights, where are wreaths?
Where is the throne to seat him? Oh, shame! Oh utter shame!
Where is the hall, the decorations?
Someone has said, 'Vain is this cry! Greet him with empty hands,
lead him into thy rooms all bare!'
Open the doors, let the conch-shells be sounded!
in the depth of the night has come the king of our dark,
dreary house.
The thunder roars in the sky.
The darkness shudders with lightning.
Bring out thy tattered piece of mat and spread it in the courtyard.
With the storm has come of a sudden our king of the fearful night.

இருட்டிவிட்டது. வேலை எல்லாம் முடிந்துவிட்டது. கடைசி விருந்தினர் கூட வந்துவிட்டார் என்றும், ஊரிலுள்ள இல்லங்களின் கதவுகள் எல்லாம் மூடப்பட்டுவிட்டன என்றும் நினைத்தோம். ஒரு சிலர் சொன்னார்கள், "அரசன் இனிமேல்தான் வருவான்". "இல்லை, அவ்வாறு இருக்க முடியாது" என்று எள்ளி நகையாடினோம்.

கதவைத் தட்டினாற் போல் ஒலிகள் கேட்கும்பொழுது, "அது காற்றின் ஒலி" என்று கூறி விளக்கை அணைத்துவிட்டுப் படுத்தோம். ஒரு சிலர் கூறினார்கள், "அது தூதுவனாக இருக்கக்கூடும்". ஆனால் "அது காற்றின் ஒலி" என்று கூறி, அவர்களை நம்ப மறுத்துவிட்டோம்.

இரவின் அமைதியில் ஓர் ஒலி கேட்டது. ஆழ்ந்த தூக்கத்தில் இருந்ததால் அது இடிக்கும் இடி என எண்ணினோம். நிலம் அதிர்ந்தது. சுவர்கள் ஆடின. அது எங்கள் தூக்கத்தைக் கெடுத்தது. ஒரு சிலர் கூறினார்கள், "அது சக்கர ஒலி". "இல்லை அது மேகங்களின் ஆர்ப்பாட்ட ஒலி", என்று தூக்கக் கலக்கத்தில் முணுமுணுத்தோம். இன்னும் இருட்டாக இருந்த பொழுது முரசின் ஒலி கேட்டது.

"எழு, தாமதிக்காதே" என்ற குரல் கேட்டது. கையை நெஞ்சில் அழுத்தி அச்சத்தால் நடுங்கினோம். சிலர் சொன்னார்கள் "அதோ! அரசனின் கொடி அங்குள்ளது". எழுந்து நின்று கதறினோம், தாமதிக்க நேரமில்லையே என்று. மன்னன் வந்திருக்கின்றான். விளக்குகள் எங்கே! மாலைகள் எங்கே! அவனை அமர்த்த அரியணை எங்கே! ஐயோ! அவமானமாக உள்ளது. பெரிய கூடம் எங்கே? ஒப்பனைகள் எங்கே? யாரோ சொன்னார்கள், "இந்த கதறல் தேவையற்றது, வெறும் கையால் அவனுக்கு வரவேற்பு கொடுங்கள்! வெற்று அறைகளுக்கு அவனை அழைத்துச் செல்லுங்கள்!"

கதவுகளைத் திறவுங்கள்! சங்குகள் முழங்கட்டும்! ஆழ்ந்த இரவில் நம் மன்னன் வந்திருக்கின்றான், நம் இருண்ட இல்லத்திற்கு. வானில் இடி இடிக்கின்றது. இருளில் மின்னல் மின்னுகிறது. கந்தல் பாயை முற்றத்திற்குக் கொண்டு வந்து விரியுங்கள். புயலோடு விரைந்து வந்திருக்கின்றான், நம் கொடுர இரவின் மன்னன்.

52

I thought I should ask of thee, but I dared not,
the rose wreath thou hadst on thy neck.
Thus I waited for the morning,
when thou didst depart, to find a few fragments on the bed.
And like a beggar I searched in the dawn only
for a stray petal or two.
Ah me, what is it I find? What token left of thy love?
It is no flower, no spices, no vase of perfumed water.
It is thy mighty sword, flashing as a flame,
heavy as a bolt of thunder.
The young light of morning comes
through the window and spread itself upon thy bed.
The morning bird twitters and asks, 'Woman, what hast thou got?'
No, it is no flower, nor spices, nor vase of perfumed water,
it is thy dreadful sword.
I sit and muse in wonder, what gift is this of thine.
I can find no place to hide it.
I am ashamed to wear it, frail as I am,
and it hurts me when press it to my bosom.
Yet shall I bear in my heart this honour of the burden of pain,
this gift of thine.
From now there shall be no fear left for me in this world,
and thou shalt be victorious in all my strife.
Thou hast left death for my companion
and I shall crown him with my life.
Thy sword is with me to cut asunder my bonds,
and there shall be no fear left for me in the world.
From now I leave off all petty decorations.
Lord of my heart, no more shall there
be for me waiting and weeping in corners,
no more coyness and sweetness of demeanour.
Thou hast given me thy sword for adornment.
No more doll's decorations for me!

உன் கழுத்தில் உள்ள ரோஜா மலர் மாலை வேண்டும் என்று
உன்னைக் கேட்க நினைத்தேன்.
ஆனால் அதைக் கேட்கும் துணிவு எனக்கு இல்லை.
பொழுது புலரட்டும் என்று காத்திருந்தேன்.
நீ சென்ற பின் உதிர்ந்தவற்றை படுக்கையில் கண்டேன்.
ஒரு பிச்சைக்காரியைப் போல் விடியற்காலையில் ஒரிரு
இதழ்களுக்காகத் தேடினேன். ஓ, நான் எதைக் காண்கின்றேன்?
உன் அன்பின் காணிக்கையாக எனக்கு எதை விட்டுச் சென்றாய் நீ?
இங்கு மலர் இல்லை. நறுமணப் பொருட்கள் இல்லை.
பன்னீர் நிறைந்த செம்பும் இல்லை. உன் பெரிய வாள் சுடர்
போன்று மிளிர்ந்து, பேரிடி போல் கனத்து இங்குக் கிடக்கின்றது.
இளங்காலைக் கதிர்கள் சன்னலின் வழியாக நுழைந்து கட்டிலில்
பரவுகின்றன. அதிகாலைக் குருவி என்னைக் கேட்கின்றது,
"பெண்ணே! உனக்கு என்ன கிடைத்தது?" அது மலரோ,
நறுமணப் பொருளோ, அல்லது பன்னீரோ இல்லை. அது
உன் கொடூர வாள். 'இது என்ன பரிசு' என்று வியந்தவண்ணம்
அமர்ந்திருக்கின்றேன். இதை எங்கே மறைப்பது என்று எனக்குத்
தெரியவில்லை. இதை அணிய வெட்கமாக உள்ளது.
நான் மெல்லியவளாக இருப்பதால் இதை அணிந்தால்
மார்பில் அழுத்தி வேதனையைத் தருகின்றது. எனினும்
உன்னைச் சிறப்பிப்பதற்காக, நெஞ்சில் வேதனையைத் தாங்கிக்
கொள்கின்றேன். இனி எனக்கு இந்த உலகத்தில் அச்சமில்லை.
என் முயற்சி யாவற்றிலும் உன் வெற்றியிருக்கும். நீ மரணத்தை
எனக்குத் தோழனாக விட்டுச் சென்றாய். அவனுக்காக என் உயிரை
முடியாகச் சூட்டுகின்றேன். நீ கொடுத்த வாள்,
இவ்வுலகத்திலுள்ள என் பிணிப்புகளை வெட்டும். எனக்கு
இனிமேல் இவ்வுலகில் அச்சமில்லை. இப்பொழுதிருந்து
தேவையற்ற ஒப்பனைகளை விட்டு விடுகின்றேன்.
என் நெஞ்சில் இருக்கும் இறைவா! மூலையில் காத்திருப்பதும்
கதறுவதும் இனி எனக்கு இல்லை. நாணம் இல்லை.
இனிய நடத்தை இனி இல்லை.
நீ உன்னுடைய வாளை, என்னை அலங்கரிக்கத் தந்துள்ளாய்,
பொம்மைக்குரிய ஒப்பனைகள் இனி எனக்குத் தேவையில்லை.

53

Beautiful is thy wristlet, decked with stars
and cunningly wrought in myriad-coloured jewels.
But more beautiful to me thy sword with its curve of lightning
like the outspread wings of the divine bird of Vishnu,
perfectly poised in the angry red light of the sunset.
It quivers like the one last response of life in ecstasy of
pain at the final stroke of death;
it shines like the pure flame of being burning up
earthly sense with one fierce flash.
Beautiful is thy wristlet, decked with starry gems;
but thy sword, O lord of thunder,
is wrought with uttermost beauty,
terrible to behold or think of.

விண்மீன்கள் மின்னும் உன் கைவளை தான் எத்துணை அழகு!
நுட்பமான வேலைப்பாட்டுடன், எண்ணற்ற நிறங்களில்
சுடர்கின்றது உன் அணிகலன்.
ஆனால் அதைவிட அழகு, மாலை நேரத்தின் சினம் மிகுந்த
செங்கதிரில், செம்மையாக பறக்கும் திருமாலின்
புனிதக் கருடனின் விரிந்த சிறகுகளைப் போல், மின்னலின்
வளைவுகளைக் கொண்ட உன் வாள்.
உயிரை முடிக்க வரும் சாவின் அடியைத் தாங்காமல், வாழ்வின்
கடைசி உணர்வு ஒரு வித இன்ப வேதனையில் துடிப்பது போல்,
அது நடுங்குகின்றது.
உணர்வுகளை எரிக்கும் புனிதத் தீயைப் போல் அது மின்னுகின்றது.
விண்மீன்கள் மின்னும் உன் கைவளை தான் எத்துணை அழகு!
அதில் நுட்பமான வேலைப்பாட்டுடன் வண்ணமணிகள்
பொருந்தியுள்ளன.
ஆனால் முழங்கும் இடியின் மன்னவனே, உன்னுடைய வாளோ
பேரழகு பொருந்தியது! பார்க்கவோ, நினைக்கவோ முடியாத
சிறப்பு உடையது அது.

54

I asked nothing from thee; I uttered not my name to thine ear.
When thou took'st thy leave I stood silent.
I was alone by the well where the shadow of the tree fell aslant,
and the women had gone home with their
brown earthen pitchers full to the brim.
They called me and shouted, `Come with us,
the morning is wearing on to noon.'
But I languidly lingered awhile lost in the midst of vague musings.
I heard not thy steps as thou camest.
Thine eyes were sad when they fell on me;
thy voice was tired as thou spokest low 'Ah, I am a thirsty traveller.'
I started up from my day-dreams and poured water
from my jar on thy joined palms.
The leaves rustled overhead;
the cuckoo sang from the unseen dark,
and perfume of babla flowers came from the bend of the road.
I stood speechless with shame when my name thou didst ask.
Indeed, what had I done for thee to keep me in remembrance?
But the memory that I could give water to thee to allay thy thirst
will cling to my heart
and enfold it in sweetness.
The morning hour is late, the bird sings in weary notes,
neem leaves rustle overhead and I sit and think and think.

நான் உன்னிடம் ஒன்றுமே கேட்கவில்லை. என் பெயரை
உன் காதில் ஓதவில்லை. நீ விடைபெறும் பொழுது நான்
பேசாமல்நின்றிருந்தேன். கிணற்றடியில், மரநிழல் சாய்ந்து
விழுமிடத்தில், தனியாக நின்றேன். பெண்கள், நிறைந்த மண்
குடங்களைத் தூக்கியவண்ணம் இல்லம் நோக்கிச் சென்றனர்.
என்னை அழைத்துக் கூறினார்கள், "எங்களுடன் நீயும் வா,
காலை வேளை கடந்து நடுப்பகல் ஆகிவிட்டது".
ஆனால் நான் இனம் புரியாத எண்ணங்களில் என்னை
மறந்தவளாகத் தயங்கி நின்றிருந்தேன். நீ வந்தபொழுது, உன்

காலடி ஒலியை நான் கேட்கவில்லை.
நீ என்னை நோக்கியபொழுது, என் கண்களில் துன்பம்
நிறைந்திருந்தது. "நான் ஒரு தாகமுள்ள பயணி" என்று நீ
மென்மையாகக் கூறும் பொழுது,
உன் குரல் அலுத்துப் போயிருந்தது. என் பகல் கனவுகளிலிருந்து
விழித்தவளாக, நான் என் குடத்திலுள்ள நீரை, ஏந்திய உன்
கைகளில் ஊற்றினேன். இலைகள் மேலே சலசலத்தன.
குயில் ஒன்று நிழல் மறைவிலிருந்து கூவிற்று.
கருவேல மலர்களின் நறுமணம், சாலை வளைவிலிருந்து வந்தது.
நீ என் பெயரைக் கேட்ட பொழுது,
மேலிட்ட நாணத்தால் என்னால் பேச இயலவில்லை.
நீ என்னை உன் நினைவில் நிறுத்த, நான் உனக்கு என்னதான்
செய்து விட்டேன்? ஆனால் உன் தாகத்தைத் தீர்க்க என்னால்
தண்ணீர் கொடுக்க முடிந்தது என்ற எண்ணம், என் நெஞ்சை
உறுதியாக பற்றி, அதில் இன்பத்தைக் கலக்கும்.
காலை நேரம் முடியப்போகின்றது. பறவைகள் துடிப்பில்லாமல்
பாடுகின்றன. மேலே, வேப்ப மர இலைகள் சலசலக்கின்றன.
நான் அமர்ந்துகொண்டு, நினைத்தவண்ணம் இருக்கின்றேன்.

55

Languor is upon your heart and the slumber is still on your eyes.
Has not the word come to you that the flower is
reigning in splendour among thorns?
Wake, oh awaken! let not the time pass in vain!
At the end of the stony path, in the country of virgin solitude,
my friend is sitting all alone. Deceive him not.
Wake, oh awaken!
What if the sky pants and trembles
with the heat of the midday sun
what if the burning sand spreads its mantle of thirst
Is there no joy in the deep of your heart?
At every footfall of yours,
will not the harp of the road break out in sweet music of pain?

சோர்ந்திருக்கின்றது உன் நெஞ்சம்.
உன் கண்களில் இன்னும் உறக்கம் எஞ்சி உள்ளது.
மலர் முட்களுக்கு நடுவிலிருந்து செம்மையாக அரசாட்சி
பண்ணுவதை நீ அறியவில்லையா?
எழு! விரைவில் எழு! நேரத்தை வீணாக்க வேண்டாம்.
கற்பாதையின் இறுதியில், தனிமையுடைய இடத்தில்,
என் தோழன் தன்னந்தனியாக அமர்ந்திருக்கின்றான்.
அவனை ஏமாற்றாதே.
எழுந்திரு. ஆ! எழுந்திரு.
நண்பகலின்உச்சி வெயிலில் வானம் மூச்சு இரைக்க
நடுங்கினால் தான் என்ன?
கொதிக்கும் மணல் தன்தாகத்தைப் பரப்பினால்தான் என்ன?
உன் நெஞ்சின் ஆழத்தில் மகிழ்ச்சி இல்லையா?
உன் ஒவ்வொரு காலடியாலும், சாலை என்னும் யாழ்,
வேதனையின் இனிய இசையை எழுப்பாதா?

56

Thus it is that thy joy in me is so full.
Thus it is that thou hast come down to me.
O thou lord of all heavens, where would be thy love if I were not?
Thou hast taken me as thy partner of all this wealth.
In my heart is the endless play of thy delight.
In my life thy will is ever taking shape.
And for this, thou who art the King of kings hast
decked thyself in beauty to captivate my heart.
And for this thy love loses itself in the love of thy lover,
and there art thou seen in the perfect union of two.

இப்படியே உன் இன்பம் என்னில் நிறைந்திருக்கின்றது.
இவ்வாறே நீ என்னை வந்தடைந்தாய்.
சொர்க்கத்தின் மன்னவனே! நான் இல்லாவிட்டால்
உன் அன்பு எங்கு சென்றிருக்கும்?
இந்தச் செல்வத்திற்கு எல்லாம் என்னை
உன் கூட்டாளியாகச் சேர்த்துக் கொண்டாய்.
என் நெஞ்சத்தில் உன் முடிவில்லா விளையாட்டின்
இன்பம் இருக்கின்றது.
உன் எண்ணங்கள் என் வாழ்வில் வடிவம் கொள்கின்றன.
மன்னர்க்கு மன்னவனான நீ, என் நெஞ்சத்தைக் கவருவதற்காக
உன்னை அலங்கரித்துள்ளாய்.
உன் அன்பை உன் காதலியின் காதலில் மறைக்கின்றாய்.
இருவரின் முழுமையான இணைவில் நீ காணப்படுகின்றாய்.

57

Light, my light, the world-filling light, the eye-kissing light, heart-sweetening light!
Ah, the light dances, my darling, at the centre of my life;
the light strikes, my darling, the chords of my love;
the sky opens, the wind runs wild, laughter passes over the earth.
The butterflies spread their sails on the sea of light.
Lilies and jasmines surge up on the crest of the waves of light.
The light is shattered into gold on every cloud, my darling,
and it scatters gems in profusion.
Mirth spreads from leaf to leaf,
my darling, and gladness without measure.
The heaven's river has drowned its banks
and the flood of joy is abroad.

ஒளி! என் ஒளி! உலகை நிரப்பும் ஒளி,
கண்களை முத்தமிடும் ஒளி,
நெஞ்சில் இனிமையைத் தரும் ஒளி,
என் வாழ்வின் மையத்தில் நடனம் ஆடுகின்றது, என் கண்ணே!
என் காதலின் நாண்களை ஒளி மீட்டுகின்றது, என் கண்ணே!
வானம் விரிகின்றது. காற்று தடையில்லாது வீசுகின்றது.
உலகெங்கும் புன்னகைப் படர்கின்றது.
வண்ணாத்திப் பூச்சிகள் தங்கள் பாய்மரங்களை விரித்து, ஒளி என்னும் கடலில் மிதக்கின்றன.
அல்லியும், மல்லிகையும் அலைகளுக்கு மேல் ஒளியால் தள்ளப்படுகின்றன.
ஒளி, பொன்னாக மேகங்களின் மேல் சிதறி,
மிகுதியாக மணிகளை உதிர்க்கின்றது.
எல்லையில்லா மகிழ்ச்சி இலைக்கு இலை படர்கின்றது,
என் கண்ணே!
சொர்க்கத்தின் ஆறு கரைபுரண்டு எங்கும்
மகிழ்ச்சி வெள்ளத்தைப் பரப்புகின்றது.

58

Let all the strains of joy mingle in my last song
the joy that makes the earth flow over in the
riotous excess of the grass,
the joy that sets the twin brothers, life and death,
dancing over the wide world,
the joy that sweeps in with the tempest,
shaking and waking all life with laughter,
the joy that sits still with its tears on the
open red lotus of pain,
and the joy that throws everything it has upon the dust,
and knows not a word.

என் மகிழ்ச்சியின் எல்லாப் பண்களும் என் இறுதிப் பாடலில்
கலக்கட்டும். உலகம் நிறைந்துமகிழ்ந்து,
தன் மேல் மிகுதியாகச் செழிப்புடன்
புல்லை விளையச் செய்யும் மகிழ்ச்சி,
வாழ்வு சாவு என்னும் இரட்டைச் சகோதரர்களைப் புவி எங்கும்
நடனம் ஆடச் செய்யும் மகிழ்ச்சி,
எல்லா உயிர்களையும் சிரிப்புடன் உலுக்கி
எழுப்பிப் புயலெனப் புரளும் மகிழ்ச்சி,
வேதனை என்னும்மலர்ந்த செந்தாமரையின் மேல்
கண்ணீருடன் அசையாமல் அமர்ந்திருக்கும்மகிழ்ச்சி,
ஒன்றும் அறியாத நிலையில் தன்னிடமுள்ள எல்லாவற்றையும்
மண்ணின் மேல் விட்டெறியும் மகிழ்ச்சி, ஆகிய இத்துணையும்
அதில் இணையட்டும்!

59

Yes, I know, this is nothing but thy love,
O beloved of my heart,
this golden light that dances upon the leaves,
these idle clouds sailing across the sky,
this passing breeze leaving its coolness upon my forehead.
The morning light has flooded my eyes,
this is thy message to my heart.
Thy face is bent from above,
thy eyes look down on my eyes,
and my heart has touched thy feet.

இது உன் அன்பு அன்றி வேறு எதுவும் இல்லை என்று எனக்குத்
தெரியும். என் நெஞ்சின் இனியவனே!
இலைகள் மீது பொன்னிற ஒளி நடனம் ஆடுகின்றது.
மேகங்கள் சோம்பலுடன் வானில் மிதந்து செல்கின்றன.
வீசும் தென்றல் என் நெற்றியில் குளுமையை விட்டுச் செல்கின்றது.
காலை ஒளி என் கண்களில் நிறைந்துள்ளது.
இதுவே என் நெஞ்சத்திற்கு நீ தரும் தகவல்.
உன் முகம் மேலிருந்து கீழே குனிய,
உன் கண்கள் கீழே உள்ள என் கண்களை நோக்குகின்றன.
என் நெஞ்சம் உன் காலடிகளைத் தொடுகின்றது.

60

On the seashore of endless worlds children meet.
The infinite sky is motionless overhead
and the restless water is boisterous.
On the seashore of endless worlds
the children meet with shouts and dances.
They build their houses with sand
and they play with empty shells.
With withered leaves they weave their boats
and smilingly float them on the vast deep.
Children have their play on the seashore of worlds.
They know not how to swim, they know not how to cast nets.
Pearl fishers dive for pearls, merchants sail in their ships,
while children gather pebbles and scatter them again.
they seek not for hidden treasures, they know not how to cast nets.
The sea surges up with laughter
and pale gleams the smile of the sea beach.
Death-dealing waves sing meaningless ballads to the children,
even like a mother while rocking her baby's cradle.
The sea plays with children,
and pale gleams the smile of the sea beach.
On the seashore of endless worlds children meet.
Tempest roams in the pathless sky,
ships get wrecked in the trackless water,
death is abroad and children play.
On the seashore of endless worlds is the great meeting of children.

முடிவில்லா உலகங்களின் கடற்கரையில்
குழந்தைகள் கூடுகின்றனர்.
மேலே அகன்ற வானம் அமைதியாக உள்ளது.
கீழே தண்ணீர் நிலை கொள்ளாமல் ஆர்ப்பரிக்கின்றது.
எல்லையில்லா உலகங்களின் கடற்கரையில், சிறுவர்கள்
நடனத்துடனும் களிப்புடனும் கூடுகின்றனர்.
அவர்கள் மண்ணினால் சிறிய இல்லங்களைக் கட்டுகின்றனர்.

சோழிகளை வைத்து விளையாடுகின்றனர்.
காய்ந்த இலைகளால் படகுகள் செய்து, புன்னகையுடன்
அவற்றை ஆழமான கடலில் மிதக்க விடுகின்றனர்.
உலகங்களின் கடற்கரையில் குழந்தைகள் விளையாடுகின்றனர்.
அவர்களுக்கு நீந்தத் தெரியாது. வலை வீசத் தெரியாது.
முத்துக் குளிப்பவர்கள் முத்துக்காக நீரில் மூழ்குவார்கள்.
வணிகர்கள் பணம் ஈட்டத் தங்கள் கப்பலைச் செலுத்துவார்கள்.
ஆனால் சிறுவர்கள் கூழாங்கற்களை ஒன்று சேர்த்து, பின்
சிதற விடுவார்கள். அவர்கள் புதையலைத் தேடமாட்டார்கள்.
அவர்களுக்கு வலை வீசவும் தெரியாது.
கடல் மகிழ்வால் கொந்தளிக்கின்றது.
கடற்கரை அமைதிப் புன்னகையில் மின்னுகின்றது.
கொந்தளிக்கும் அலைகள் பொருள் இல்லா பாடல்களைக்
குழந்தைகளுக்காகப் பாடுகின்றன.
அது தாலாட்டும் தாயின் பாடல் போன்று உள்ளது.
கடல் சிறுவர்களுடன் விளையாடுகின்றது.
கடற்கரையின் தளர்ந்த புன்னகை மின்னுகின்றது.
எல்லையில்லா உலகங்களின் கடற்கரையில்
குழந்தைகள் கூடுகின்றனர்.
திக்குத் தெரியாத வானில் புயலடிக்கின்றது.
கப்பல்கள் பாதையில்லா கடலில் மூழ்குகின்றன.
சாவு எங்கும் உள்ளது.
சிறுவர்கள் விளையாடுகின்றனர்.
முடிவில்லா உலகங்களின் கடற்கரையே,
சிறுவர்கள் கூடுமிடம்.

61

The sleep that flits on baby's eyes,
does anybody know from where it comes?
Yes, there is a rumour that it has its dwelling where,
in the fairy village among shadows of the forest
dimly lit with glow-worms,
there hang two timid buds of enchantment.
From there it comes to kiss baby's eyes.
The smile that flickers on baby's lips when he sleeps,
does anybody know where it was born?
Yes, there is a rumour that a young pale beam of a crescent moon
touched the edge of a vanishing autumn cloud,
and there the smile was first born in the dream of a dew-washed
morning, the smile that flickers on baby's lips when he sleeps.
The sweet, soft freshness that blooms on baby's limbs, does anybody know where it was hidden so long?
Yes, when the mother was a young girl it
lay pervading her heart in tender
and silent mystery of love, the sweet,
soft freshness that has bloomed on baby's limbs.

குழந்தையின் கண்களில் தவழும் துயில் – அது எங்கிருந்து வருகின்றது என்று யாருக்காவது தெரியுமா? ஆமாம்! மின்மினிப் பூச்சிகள் மெல்லிய ஒளியைப் பரப்பும் காட்டில் உள்ள தேவதைகளின் சிற்றூரில், இரண்டு ஆனந்த மொட்டுகள் தொங்குகின்றன. அங்கிருந்துதான் அது குழந்தையின் கண்களுக்கு வருகின்றது என்று ஒரு வதந்தி உலவுகின்றது.
குழந்தை தூங்கும் பொழுது அதன் உதடுகளில் தவழும் புன்னகை – அது எங்கிருந்து வருகின்றது என்பது யாருக்காவது தெரியுமா?
ஆமாம்! இளம்பிறையின் வெளிறிய இளங்கதிர் ஒன்று இலையுதிர் கால முகிலைத் தொட்டபொழுது, பனி தோய்ந்த காலை நேரக் கனவு வேளையில், அந்தப் புன்னகை பிறந்தது என்று ஒரு வதந்தி நிலவுகின்றது.

குழந்தையின் அங்கங்களில் படர்ந்திருக்கும்
இனிய மென்மை – அது இத்துணைக் காலம்
எங்கு மறைந்திருந்தது என்று யாருக்காவது தெரியுமா?
ஆமாம்! அந்த மென்மை அதன் தாய் இளங்கன்னியாக
இருந்தபொழுது, அவள் நெஞ்சத்தில் மென்மையாக,
மௌனமான இனம் புரியாத அன்பாகப் படர்ந்து இருந்தது.

62

When I bring to you coloured toys, my child,
I understand why there is such a play of colours on clouds,
on water, and why flowers are painted in tints when
I give coloured toys to you, my child.
When I sing to make you dance I truly now
why there is music in leaves,
and why waves send their chorus of voices to
the heart of the listening earthwhen I sing to make you dance.
When I bring sweet things to your greedy hands
I know why there is honey in the cup of the
flowers and why fruits are secretly filled with sweet juice
when I bring sweet things to your greedy hands.
When I kiss your face to make you smile, my darling,
I surely understand what pleasure streams
from the sky in morning light,
and what delight that is which the summer
breeze brings to my body
when I kiss you to make you smile.

உனக்காக நான் வண்ண விளையாட்டுப் பொருட்களைக் கொண்டு வரும்பொழுது, மேகங்கள் மீதும், நீரின் மீதும், ஏன் விதவிதமான வண்ணங்கள் உள்ளன என்று அறிகின்றேன், என் குழந்தாய்! உனக்காக நான் வண்ண விளையாட்டுப் பொருட்களைக் கொண்டு வரும்பொழுது, வெவ்வேறு வண்ணங்கள் ஏன் மலர்களின் மீது பூசப்பட்டுள்ளன என்று அறிகின்றேன், என் குழந்தாய்.
உன்னை ஆடச் செய்வதற்கு நான் பாடும் பொழுது, இலைகளில் ஏன் இசை இழைந்தோடுகின்றது, அலைகள் ஏன் கூட்டாகத் தங்கள் பாட்டைச் செவி கொடுத்துக் கேட்கும் வையகத்தின் இதயத்திற்கு அனுப்புகின்றன, என்பதை எல்லாம் அறிகின்றேன்.
உன் ஆவலான கரங்களுக்கு நான் இனிப்பு பண்டங்களைக் கொண்டு வரும்பொழுது, ஏன் மலர்களின் நடுவில் தேன் சுரக்கின்றது, ஏன் பழங்கள் எல்லாம் யாரும் அறியாதவண்ணம் இனிய சாற்றினால் நிரப்பப்படுகின்றன,

என்பதையெல்லாம் அறிகின்றேன்.
நீ நகைக்க, நான் உன் கன்னத்தில் முத்தமிடும் பொழுது, என் கண்ணே, காலை ஒளியில் வானிலிருந்து ஏன் இன்பம் பொழிகின்றது என்பதையும், கோடையில் தென்றல் காற்று என் உடலுக்கு என்ன சுகம் தருகின்றது, என்பதையும் நான் தெளிவாக அறிகின்றேன்.

63

Thou hast made me known to friends whom I knew not.
Thou hast given me seats in homes not my own.
Thou hast brought the distant near and made
a brother of the stranger.
I am uneasy at heart when I have to leave my
accustomed shelter;
I forget that there abides the old in the new,
and that there also thou abidest.
Through birth and death, in this world or in others,
wherever thou leadest me it is thou, the same,
the one companion of my endless life who ever
linkest my heart with bonds of joy to the unfamiliar.
When one knows thee, then alien there is none,
then no door is shut.
Oh, grant me my prayer that I may never lose
the bliss of the touch of the one in the play of many.

என்னை அறியாதவர்களிடம்
தோழமை கொள்ளச் செய்தாய் நீ.
பிற இல்லங்களில் எனக்கு இடம் கொடுத்தாய்.
தொலைவில் உள்ளவற்றை அருகில் கொணர்ந்து,
அந்நியரை உடன் பிறப்பாக்கினாய்.
பழகிய இடத்தை விட்டு நீங்குவதற்கு,
என் மனதுக்குக் கடினமாக உள்ளது.
புதியவற்றில் பழையவை இருக்கின்றன என்றும்,
அதிலும் நீ உறைகின்றாய் என்பதையும்
நான் மறந்து விடுகின்றேன்.
பிறப்பிலும், இறப்பிலும்,
இவ்வுலகிலோ வேறு உலகிலோ,
எங்கு என்னை அழைத்துச் சென்றாலும், நீயே,
தெரியாதவர்களுடன் என் நெஞ்சத்தை இன்பத்தால்
இணைக்கும் முடிவில்லா என் வாழ்வின் ஒரே தோழன்.

ஒருவன் உன்னை அறிந்து கொண்டால்,
பின் அவனுக்கு அந்நியன் யாருமில்லை.
எந்தக் கதவும் அவனுக்கு மூடப்படுவதுமில்லை.
பலவற்றோடு நான் விளையாடும் பொழுது
ஒன்றின் களிப்பை நான் இழக்காதிருக்க வேண்டும்,
என்ற என் வேண்டுதலுக்குச் செவிசாய்த்து விடு.

64

On the slope of the desolate river among tall grasses I asked her,
'Maiden, where do you go shading your lamp with your mantle?
My house is all dark and lonesome, lend me your light!'
she raised her dark eyes for a moment and looked at my face
through the dusk.
'I have come to the river,' she said, 'to float my lamp on the stream
when the daylight wanes in the west.'
I stood alone among tall grasses
and watched the timid flame of her
lamp uselessly drifting in the tide.
In the silence of gathering night I asked her,
'Maiden, your lights are all lit, then
where do you go with your lamp?
My house is all dark and lonesome, lend me your light.'
She raised her dark eyes on my face
and stood for a moment doubtful.
'I have come,' she said at last, 'to dedicate my lamp to the sky.'
I stood and watched her light uselessly burning in the void.
In the moonless gloom of midnight I ask her,
'Maiden, what is your quest, holding the lamp near your heart?
My house is all dark and lonesome, lend me your light.'
She stopped for a minute and thought
and gazed at my face in the dark.
'I have brought my light,' she said, 'to join the carnival of lamps.'
I stood and watched her little lamp uselessly lost among lights.

தனிமையான ஆற்றின் கரையில், உயர்ந்த புல்லுக்கு இடையே, "மங்கையே, உன் விளக்கை ஆடையில் மறைத்து, எங்கே எடுத்துச் செல்கின்றாய் நீ? என் இல்லம் தனிமையில் இருட்டாக இருக்கின்றது. உன் விளக்கைக் கடனாகத் தா" என்று நான் அவளைக் கேட்டேன். அவள் தன் கருவிழிகளை ஒரு கணம் உயர்த்தி, மாலை இருட்டில் என் முகத்தை நோக்கி, "மேற்கே பகலின் ஒளி மறையும் பொழுது,

என் விளக்கை ஆற்றில் மிதக்க விட வந்தேன்" என்றாள்.
நான் உயர்ந்த புல்லுக்கு இடையே தனியே நின்று, அவளுடைய விளக்கு மெல்லிய சுடருடன் வீணாக அலைகளில் ஆடுவதைக் கண்டேன். இருள் கூடும் இரவு வேளையின் அமைதியில், நான், "பெண்ணே, உன் விளக்குகள் எல்லாம் ஏற்றப்பட்டிருக்கின்றன. உன் அகல் விளக்கைத் தூக்கிக் கொண்டு எங்கே செல்கின்றாய்? என் இல்லம் இருட்டாக, ஆளில்லாமல் இருக்கின்றது.
உன் விளக்கை இரவலாகத் தா" என்று அவளைக் கேட்டேன். அவள் தன் கருவிழிகளை உயர்த்தி என் முகத்தை நோக்கி, ஒரு கணம் குழம்பி நின்று, பின் கூறினாள், "என் விளக்கை வானுக்குச் சமர்ப்பிக்க வந்துள்ளேன்".
நான் தனியே நின்று கொண்டு, வெட்டவெளியில், பயனில்லாமல் எரியும் அவளுடைய அகல் விளக்கைப் பார்த்துக் கொண்டிருந்தேன். நிலவு இல்லாத இருண்ட நள்ளிரவில் நான் அவளைக் கேட்டேன், "பெண்ணே, விளக்கை நெஞ்சத்தின் அருகே வைத்துக் கொண்டு, எதைத் தேடுகின்றாய்? என் இல்லம் இருட்டாக ஆளில்லாமல் இருக்கின்றது.
உன் விளக்கை இரவலாகத் தா". நின்று ஒரு நிமிடம் எண்ணி, இருளில் என் முகத்தை உற்று நோக்கி, "தீப ஒளிவிழாவில்பிற விளக்குகளுடன் சேர்ந்து எரிவதற்கு என் விளக்கைக் கொண்டு வந்தேன்" என்றாள் அவள்.
அவளுடைய சிறு அகல் விளக்கு, பயனின்றி, விளக்குகளுக்கு இடையே மறைவதைப் பார்த்துக் கொண்டு நான் நின்றிருந்தேன்.

65

What divine drink wouldst thou have, my God,
from this overflowing cup of my life?
My poet, is it thy delight to see thy creation through my eyes
and to stand at the portals of my ears silently
to listen to thine own eternal harmony?
Thy world is weaving words in my mind
and thy joy is adding music to them.
Thou givest thyself to me in love
and then feelest thine own entire sweetness in me.

நிறைந்து வழியும் என் வாழ்வு என்னும் கிண்ணத்திலிருந்து,
என்னஅமுதபானத்தை நீ பெறுவாய், என் இறைவா?
என் புலவா! என் கண்கள் வழியாக உன் படைப்பைக் காண்பதும்,
என் செவிகள் வாயிலாக அமைதியுடன் உன் எல்லை இல்லா
இசையைக் கேட்பதும், உன் இன்பமா?
உன் உலகம் என் உள்ளத்தில் சொற்களைப் பின்னுகின்றது.
உன் மகிழ்ச்சி அதில் இசையைக் கூட்டுகின்றது.
அன்பிலே நீ உன்னை எனக்குத் தந்து, பின் என்னிலே உன் முழு
இனிமையை உணருகின்றாய்.

66

She who ever had remained in the depth of my being,
in the twilight of gleams and of glimpses;
she who never opened her veils in the morning light,
will be my last gift to thee, my God, folded in my final song.
Words have wooed yet failed to win her;
persuasion has stretched to her its eager arms in vain.
I have roamed from country to country
keeping her in the core of my heart,
and around her have risen and fallen the growth
and decay of my life.
Over my thoughts and actions, my slumbers and dreams,
she reigned yet dwelled alone and apart.
many a man knocked at my door
and asked for her and turned away in despair.
There was none in the world who ever saw her face to face,
and she remained in her loneliness waiting for thy recognition.

அந்தி ஒளியில் என் உயிரின் ஆழத்தில் இருந்தவள்,
காலை ஒளியில் தன் போர்வையை என்றும் விலக்காதவள்,
அவளே என் இறுதிப் பாடலில் கலந்து,
உனக்கு என் பரிசாக இருப்பாள்.
சொற்கள் அவளைக் கவர முயன்று தோற்று விட்டன.
வற்புறுத்தல் தன் கைகளை அவள் வசம் நீட்டியும் பயனில்லை.
என் நெஞ்சத்தின் மையமாக அவளை வைத்துக் கொண்டு,
நாடுதோறும் சுற்றி இருக்கின்றேன். அவளைச் சுற்றியே என்
வாழ்வின் உயர்வும், தாழ்வும், வளர்ந்தும், நலிந்தும் இருக்கின்றன.
என் எண்ணங்களையும், செயல்களையும், நித்திரைகளையும்,
கனவுகளையும் அவள் அரசாட்சி புரிந்தாலும், விலகிதனியே
இருந்தாள். எத்துணையோ ஆண்கள் என் வாயிலுக்கு வந்து,
அவளை அடைய முடியாமல் வருந்திச் சென்றனர்.
அவளை நேர்முகமாகப் பார்த்தவர்கள் இவ்வுலகில் எவருமில்லை.
அவள் தனிமையில், உன் அங்கீகாரத்துக்காகக்
காத்துக் கொண்டிருக்கின்றாள்.

67

Thou art the sky and thou art the nest as well.
O thou beautiful, there in the nest is thy love
that encloses the soul with colours
and sounds and odours.
There comes the morning with the golden
basket in her right hand
bearing the wreath of beauty, silently to crown the earth.
And there comes the evening over the lonely
meadows deserted by herds,
through trackless paths, carrying cool
draughts of peace in her golden pitcher from
the western ocean of rest.
But there, where spreads the infinite sky for
the soul to take her flight in,
reigns the stainless white radiance.
There is no day nor night, nor form nor colour,
and never, never a word.

வானும் நீயே! கூடும் நீயே! அழகும் நீயே! அக்கூட்டில் உள்ள
உன் அன்பு, வண்ணங்களாவும், ஒலிகளாகவும், மணங்களாகவும்
ஆத்மாவை சூழ்கின்றது. அங்கு காலை நேரம் தன் வலது கையில்
எழிலான மலர் கண்ணியைப் பொற்கூடையில் ஏந்தியவண்ணம்,
உலகிற்கு முடிசூட்ட வருகின்றது. அங்கு அந்தி வேளை,
ஆனிரைகளால் புறக்கணிக்கப்பட்ட புல்வெளிகளிலும்,
சுவடு தெரியாத வழிகளிலும், தன் பொற்குடத்தில் அமைதி
என்னும்குளிர்ந்த காற்றை, ஓய்வு என்னும் மேற்குக் கடலிலிருந்து
சுமந்து வருகின்றது.
ஆனால் ஆத்மா பறந்து செல்வதற்காகப் படர்ந்திருக்கும்
எல்லையில்லா வானம் எங்கிருக்கின்றதோ, அங்கு களங்கம்
இல்லாத வெள்ளை ஒளி உள்ளது. அங்குபகல் இல்லை, இரவு
இல்லை, உருவம் இல்லை. ஒரு சொல் கூட இல்லவே இல்லை.

68

Thy sunbeam comes upon this earth of mine
with arms outstretched and stands at my door
the livelong day to carry back to thy feet clouds
made of my tears and sighs and songs.
With fond delight thou wrappest about thy starry
breast that mantle of misty cloud,
turning it into numberless shapes and folds
and colouring it with hues everchanging.
It is so light and so fleeting, tender and tearful and dark,
that is why thou lovest it,
O thou spotless and serene.
And that is why it may cover thy awful
white light with its pathetic shadows.

உன் ஒளிக்கதிர் என் உலகத்திற்குத் தன் நீட்டிய கரங்களுடன் வந்து,
நாள் முழுவதும் என் வாயிலில் நின்று,
என்கண்ணீராலும், ஏக்கங்களாலும், பாடல்களாலும்
உருவாகியமேகங்களை உன் பாதங்களுக்கு எடுத்துச் செல்கின்றது.
நீ மிகுந்த உவகையுடன் விண்மீன்களையுடைய வானம் எனும்
உன் மார்பை, பனி மேகமெனும் போர்வையால் மூடி,
அம் மேகங்களை எண்ணிலா வடிவங்களாக ஆக்கி,
அவற்றில்மாறிக் கொண்டே இருக்கும்
நிறங்களைத் தீட்டுகின்றாய். அவை கனமின்றி உள்ளன.
எங்கும் படருகின்றன. மென்மையாகவும், கண்ணீருடனும்,
இருட்டாகவும் இருக்கின்றன. அதனால் தான் நீ அவற்றை
விரும்புகின்றாய், களங்கமில்லாதவனே!அமைதியானவனே!
அதனால் தான், அது உன் அற்புதமான வெள்ளை ஒளியை
தன் இரங்கத்தக்க நிழலால் மறைக்கின்றது.

69

The same stream of life that runs through my veins night and day
runs through the world and dances in rhythmic measures.
It is the same life that shoots in joy through the dust of the earth in
numberless blades of grass
and breaks into tumultuous waves of leaves and flowers.
It is the same life that is rocked in the ocean-cradle of birth and of
death, in ebb and in flow.
I feel my limbs are made glorious by the touch of this world of life.
And my pride is from the life-throb of ages dancing in my blood
this moment.

இரவும் பகலும் என் நரம்புகளில் ஓடும் உயிரோட்டமே,
இந்த வையகம் முழுவதும் ஓடி,
தாளங்களோடு நடனமாடுகின்றது.
அதே உயிரோட்டம் தான் இந்நிலத்தின் புழுதியில் மகிழ்வுடன்
முளைக்கும் எண்ணில்லா புல்லாகவும்,
பெரும் ஆர்ப்பாட்டத்துடன் தொடர்ந்து உருவாகும்
இலைகளாகவும் மலர்களாகவும் வெளிப்படுகின்றது.
அதே உயிரோட்டம்தான் பிறப்பு இறப்பு என்ற கடல் தொட்டிலில்
ஆட்டப்பட்டு, அலைகள்கரையை விட்டு அகலும் பொழுதும்
கரையை நிரப்பும் பொழுதும் உள்ளது.
இந்த உயிர்நிறைந்த உலகத்தை என் அங்கங்கள் தொட்டுப்
பெருமைப்படுவதை நான் உணருகின்றேன்.
காலங்காலமாக இருந்துவரும் உயிர்த்துடிப்பு,
இந்தக் கணத்தில் என் குருதியில் நடனம் ஆடுவதுதான்
இந்தப் பெருமைக்கு அடிப்படை.

70

Is it beyond thee to be glad with the gladness of this rhythm?
to be tossed and lost and broken in the whirl of this fearful joy?
All things rush on, they stop not, they look not behind,
no power can hold them back, they rush on.
Keeping steps with that restless, rapid music,
seasons come dancing and pass away
colours, tunes, and perfumes pour in endless cascades
in the abounding joy that scatters and gives up
and dies every moment.

இந்த மகிழ்ச்சியானத்தாளத்துடன் மகிழ்ச்சியாக
இருப்பது உனக்கு இயலாதா?
இந்தக் கொடூர மகிழ்ச்சி என்னும் சுழலில் தூக்கி எறியப்பட்டு,
உடைக்கப்பட்டு, மறைவது உனக்கு இயலாதா?
எல்லாமே விரைந்து ஓடுகின்றன. எவையும் நிற்பதில்லை.
அவை பின் நோக்குவதில்லை.
எந்தச் சக்தியாலும் அவற்றைக் கட்டுப்படுத்த முடியாது. அவை
விரைந்து செல்கின்றன.
அந்த ஓய்வில்லா விரைவான இசைக்கு ஏற்றவாறு,
பருவங்கள் நடனமாடி வந்து செல்கின்றன.
நிறங்களும், பண்களும், நறுமணங்களும் முடிவில்லா
அருவிகளாகப் பொங்கும் மகிழ்வுடன் கொட்டிச் சிதறி
ஒவ்வொரு கணமும் மடிகின்றன.

71

That I should make much of myself and turn it on all sides,
thus casting coloured shadows on thy radiance, such is thy maya.
Thou settest a barrier in thine own being
and then callest thy severed self in myriad notes.
This thy self-separation has taken body in me.
The poignant song is echoed through
all the sky in many-coloured tears and smiles,
alarms and hopes; waves rise up and sink again,
dreams break and form. In me is thy own defeat of self.
This screen that thou hast raised is painted
with innumerable figures with the brush of the night and the day.
Behind it thy seat is woven in wondrous mysteries of curves,
casting away all barren lines of straightness.
The great pageant of thee and me has overspread the sky.
With the tune of thee and me all the air is vibrant,
and all ages pass with the hiding and seeking of thee and me.

நான் என்னைப் பெருமைப்படுத்தி, எல்லாக் கோணங்களிலும்
என்னைத் திருப்பி, என் வண்ண நிழலை உன் ஒளியின் மீது
சாற்றுவது – இதுவே உன் மாயை.
நீ உன்னிலேயே தடுப்புகளை ஏற்படுத்தி, பிரிக்கப்பட்ட
உன் பகுதிகளுக்கு, எண்ணில்லா பெயர்களைச் சூட்டினாய்.
அவ்வாறுன்னால் பிரிக்கப்பட்டதுதான்
என் உடலில் புகுந்துள்ளது. அச்சோகப் பாடலே
வானம் முழுவதும் பல நிறக் கண்ணீராகவும், புன்னகையாகவும்,
எச்சரிக்கையாவும், ஆவலாகவும் எதிரொலிக்கின்றது.
அலைகள் எழும்பி அடங்குகின்றன.
கனவுகள் சிதறி, பின் உருவாகின்றன.
என்னில் உள்ளது நீ தோல்வி அடையச் செய்யும் 'தான்' என்பது.
நீ தூக்கி நிறுத்திய தடுப்பில், இரவுபகல் என்னும் தூரிகைகளால்
எண்ணில்லா உருவங்கள் தீட்டப்பட்டுள்ளன.
அதன் பின் உள்ள உன் இருக்கை அறிய இயலாத
அற்புத வளைவுகளாகவும்,

நெளிவுச் சுளிவுகளாகவும், வெறுமையின் நேர்கோடுகள் எல்லாம் தவிர்க்கப்பட்டு நெய்யப்பட்டுள்ளது.
'நீயும் நானும்' என்ற பிரமாண்டமான காட்சி வான் எங்கும் பரவியுள்ளது. 'நீயும் நானும்' என்ற பண் காற்றில் ஆரவாரத்துடன் ஒலிக்கின்றது. இவ்வாறு, 'நீயும் நானும்' என்பதை மறைப்பதிலேயும் தேடுவதிலேயும் காலங்கள் செல்கின்றன.

72

He it is, the innermost one, who awakens my being
with his deep hidden touches.
He it is who puts his enchantment upon these eyes
and joyfully plays on the chords of my heart in varied
cadence of pleasure and pain.
He it is who weaves the web of this maya in
evanescent hues of gold and silver,
blue and green, and lets peep out through the folds his feet, at
whose touch I forget myself.
Days come and ages pass,
and it is ever he who moves my heart in many a name,
in many a guise, in many a rapture of joy and of sorrow.

நெஞ்சின் அடித்தளத்திலிருந்து, என் உயிரை ஆழமாக,
மறைமுகமாகத் தொட்டு விழிக்கச் செய்பவன் அவனே.
என் கண்களில் இன்ப மயக்கத்தைப் படர்த்தி, என்
நெஞ்சமெனும் இசைக் கருவியில் பல்வேறு வகையான
இன்பதுன்பப் பண்களை விருப்பமுடன் இசைப்பவன் அவனே.
விரைவில் மறையும் பொன், வெள்ளி, நீலம், பச்சை ஆகிய
நிறங்களில் மாயை என்னும் வலையைப் பின்னி, அதன்
மறைவிலிருந்து தன் பாதங்களை காட்டுபவன் அவனே.
அவன் தீண்டும் பொழுது நான் என்னை மறக்கின்றேன்.
நாட்கள் செல்கின்றன. காலங்கள் கடக்கின்றன.
பல பெயர்களாலும் உருவங்களாலும், ஆழ்ந்த இன்பத்திலும்
துன்பத்திலும் என் நெஞ்சை நெகிழச் செய்பவன் அவனே.

73

Deliverance is not for me in renunciation.
I feel the embrace of freedom in a thousand bonds of delight.
Thou ever pourest for me the fresh draught of thy
wine of various colours and fragrance,
filling this earthen vessel to the brim.
My world will light its hundred different lamps
with thy flame and place them before the altar of thy temple.
No, I will never shut the doors of my senses.
The delights of sight and hearing and touch will bear thy delight.
Yes, all my illusions will burn into illumination of joy, and all my
desires ripen into fruits of love.

துறப்பதில் எனக்கு உய்வு இல்லை. ஆயிரக்கணக்கான
பிணிப்புகளின் இன்பத்திலேயே நான் விடுதலையின்
அரவணைப்பை உணருகின்றேன்.
நீ எப்பொழுதும் இந்த மண்பாண்டத்தின் விளிம்பு வரைபல
நிறங்களிலும் நறுமணங்களிலும் உன் அமுதத்தை ஊற்றுகின்றாய்.
என் உலகம் அதன் நூறு வகையான விளக்குகளை உன் சுடரால்
ஏற்றி, உன் கோவிலின் கருவறையின் முன்வைக்கும்.
நான் என் உணர்வுகளின் கதவுகளைக் கண்டிப்பாக மூடமாட்டேன்.
உன் பேரின்பத்தை என் மெய், வாய், கண்கள், மூக்கு, செவிகள்
ஆகியவை எடுத்துக்காட்டும்.
என் கலக்கம் எல்லாம் மகிழ்ச்சியாக ஒளிரும்.
என் விருப்பங்கள் யாவும் அன்பாகக் கனியும்.

74

The day is no more, the shadow is upon the earth.
It is time that I go to the stream to fill my pitcher.
The evening air is eager with the sad music of the water.
Ah, it calls me out into the dusk.
In the lonely lane there is no passer-by, the wind is up,
the ripples are rampant in the river.
I know not if I shall come back home.
I know not whom I shall chance to meet.
There at the fording in the little boat the unknown man plays upon his lute.

நாள் முடிந்துவிட்டது. உலகின் மேல் நிழல் படருகின்றது.
ஆற்றிற்குச் சென்று என் குடத்தில் நீரை நிரப்பும் நேரம்
வந்து விட்டது. நீரின் சோக இசையோடு ஆவலாக
இருக்கின்றதுஅந்திக்காற்று. ஆ! அது என்னை இருட்டிற்கு
அழைக்கின்றது. தனிமையான சாலையில் வழிப்போக்கர்
எவருமில்லை. காற்று எழுந்துவிட்டது. ஆற்றின் மேல் எங்கும்
வளைந்த நீர்த்திரைகள் மிகுந்துள்ளன. நான் இல்லம்
திரும்புவேனா என்று எனக்குத் தெரியவில்லை. யாரைச் சந்திக்க
நேரிடும் என்பதும் தெரியவில்லை. ஆற்றைக் கடக்குமிடத்தில்,
சிறு படகில், யார் என்று அறியாத அந்நியன் ஒருவன்
தன் யாழை வாசிக்கின்றான்.

75

Thy gifts to us mortals fulfil all our needs
and yet run back to thee undiminished.
The river has its everyday work to do
and hastens through fields and hamlets;
yet its incessant stream winds towards the washing of thy feet.
The flower sweetens the air with its perfume;
yet its last service is to offer itself to thee.
Thy worship does not impoverish the world.
From the words of the poet men take
what meanings please them;
yet their last meaning points to thee.

மானிடர்களாகிய எங்களுக்கு நீ தரும் பரிசுகள் எங்கள் தேவைகள் யாவற்றையும் பூர்த்தி செய்து, சிறிதும் குறையாமல் மீண்டும் உன்னிடமே வந்து சேருகின்றன.
ஆற்றிற்கு அதன் அன்றாடப் பணிகள் உள்ளன. வயல்களின் வழியாகவும், சிற்றூர்களின் வழியாகவும் விரைந்து ஓடுகின்றது. எனினும் நிறைந்தோடும் அதன் நீர், உன் கால்களைக் கழுவ, உன்னிடமே வருகின்றது.
மலர்கள் நறுமணத்தால் தங்களைச் சுற்றிலும் இனிமையைப் பரப்புகின்றன. எனினும் மலர்களின் இறுதிப் பணி, தங்களை உன்னிடம் அர்ப்பணிப்பதே.
உன் வழிபாடு உலகை ஏழ்மையாக்குவதில்லை. கவிஞனின் கவிதைகளிலிருந்து, தங்கள்மனதிற்கு ஏற்றப் பொருள்களை மனிதர்கள் எடுத்துக் கொள்கின்றனர். எனினும், அவற்றின் இறுதிப் பொருள்கள் யாவும் உன்னையே சுட்டிக் காட்டுகின்றன.

76

Day after day, O lord of my life,
shall I stand before thee face to face?
With folded hands, O lord of all worlds,
shall I stand before thee face to face?
Under thy great sky in solitude and silence,
with humble heart shall I stand before thee face to face?
In this laborious world of thine,
tumultuous with toil and with struggle,
among hurrying crowds shall I stand before thee face to face?
And when my work shall be done in this world,
O King of kings, alone and speechless shall
I stand before thee face to face?

என் உயிரின் தலைவா! நான் நாள்தோறும்
முகத்தோடு முகம் நோக்கி, உன் முன் நிற்கலாமா?
உலகங்களின் தலைவா! என் குவிந்த கைகளுடன் முகத்தோடு
முகம் நோக்கி, உன் முன் நிற்கலாமா?
இந்தப் பெரும் வானிற்கு அடியில், தனிமையில்,
அமைதியாக, பணிவான நெஞ்சத்துடன், முகத்தோடு முகம்
நோக்கி, உன் முன் நான் நிற்கலாமா?
பணி நிறைந்த உன் உலகில் வேலையாலும், துடிப்பாலும்,
ஆர்ப்பாட்டம் நிறைந்திருக்கும் இடத்திலும், விரையும்
கூட்டங்களிடையேயும், முகத்தோடு முகம் நோக்கி,
நான் உன் முன் நிற்கலாமா?
இவ்வுலகில் என் பணிகள் முடிந்தபின், பெருமன்னவனே,
தனிமையில், பேச்சற்று, முகத்தோடு முகம் நோக்கி,
நான் உன் முன் நிற்கலாமா?

77

I know thee as my God and stand apart,
I do not know thee as my own and come closer.
I know thee as my father and bow before thy feet,
I do not grasp thy hand as my friend's.
I stand not where thou comest down and ownest thyself as mine,
there to clasp thee to my heart and take thee as my comrade.
Thou art the Brother amongst my brothers, but I heed them not,
I divide not my earnings with them, thus sharing my all with thee.
In pleasure and in pain I stand not by the side of men,
and thus stand by thee.
I shrink to give up my life,
and thus do not plunge into the great waters of life.

நீ என் இறைவன் என்று நினைத்து,
நான் விலகி நிற்கின்றேன். நீ என்னுடையவன் என்பதை
அறியாததால் நான் அருகில் வருவதில்லை.
நீ என் தந்தை என்பதை அறிவதால், உன் காலடியை
வணங்குகின்றேன். ஒரு தோழனின் கையைப்
பற்றுவதைப் போல் உன்னை நான் பற்றுவதில்லை.
நீ கீழே இறங்கி வந்து, என்னை உன் நெஞ்சில் பொருத்தி,
தோழனாக ஏற்று, உன்னை என்னுடையவனாகக்
கொள்ளுமிடத்தில் நான் நிற்பதில்லை.
நீ என் உடன்பிறந்தாரிடையே உடன்பிறந்தோன்.
அவர்களுடன் என் செல்வத்தைப் பகிராததால், என்னுடைய
எல்லாவற்றையும் உன்னுடனும் நான் பகிர்வதில்லை.
இன்பத்திலும் துன்பத்திலும் மனிதர்களோடு நிற்காததால்,
உன்னுடனும் நான் நிற்பதில்லை.
என் உயிரைக் கொடுக்க நான் தயங்குவதால்,
வாழ்வெனும் பெரு வெள்ளத்தில் நீந்தாமல் இருக்கின்றேன்.

78

When the creation was new and all the stars
shone in their first splendour,
the gods held their assembly in the sky
and sang `Oh, the picture of perfection! the joy unalloyed!'
But one cried of a sudden
`It seems that somewhere there is a break in the chain of light
and one of the stars has been lost.'
The golden string of their harp snapped, their song stopped,
and they cried in dismay
`Yes, that lost star was the best,
she was the glory of all heavens!'
From that day the search is unceasing for her,
and the cry goes on from one to the other
that in her the world has lost its one joy!
Only in the deepest silence of night the stars smile and whisper
among themselves
`Vain is this seeking! unbroken perfection is over all!'

படைப்புப் புதிதாக இருந்தபொழுது,
விண்மீன்கள் எல்லாம் முதல் ஒளியில் மிளிர்ந்தபொழுது,
கடவுள்கள் வானில் ஒன்று கூடிப் பாடினர், "ஆ! எத்துணை திருத்தமான காட்சி இது! கலப்பில்லாத இன்பம் இது!"
ஆனால் திடிரென்று அவர்களில் ஒருவர் கூறினார்,
"ஒளித்தொடரில் ஓர் இடைவெளி ஏற்பட்டது போல் தோன்றுகின்றது. ஒரு விண்மீன் தொலைந்துவிட்டது".
அவர்களுடைய யாழின் பொற்கம்பிகள் அறுந்தன.
அவர்களுடைய பாடல் நின்றது.
அவர்கள் ஆழ்ந்த வருத்தத்தில் அழுதனர்.
"ஆமாம்! தொலைந்த விண்மீன்தான் மிகச் சிறந்தது. அது தான் விண்ணுலகின் பெருமையாக விளங்கியது" என்றனர்.
அந்த நாளிலிருந்து அந்த விண்மீனை
இடைவிடாமல் தேடுகின்றனர்.

வையகம் அதனுடைய ஒரு ஒப்பற்ற மகிழ்வை
இழந்து விட்டது என்ற வருத்தம்,
ஒருவரிடமிருந்து அடுத்தவர்க்குத் தொடர்ந்து செல்கின்றது.
இரவின் ஆழ்ந்த அமைதியில் விண்மீன்கள் நகைத்து,
தங்களிடையே மெல்லிய குரலில் பேசுகின்றன,
"தொலைந்த விண்மீனைத் தேடுவது வீண்.
குறையாத திருத்தம் எங்குமே உண்டு".

79

If it is not my portion to meet thee in this life then
let me ever feel that I have missed thy sight
let me not forget for a moment,
let me carry the pangs of this sorrow in my dreams
and in my wakeful hours.
As my days pass in the crowded market of this world
and my hands grow full with the daily profits,
let me ever feel that I have gained nothing,
let me not forget for a moment,
let me carry the pangs of this sorrow in my dreams
and in my wakeful hours.
When I sit by the roadside, tired and panting,
when I spread my bed low in the dust,
let me ever feel that the long journey is still before me
let me not forget a moment, let me carry the pangs of this
sorrow in my dreams and in my wakeful hours.
When my rooms have been decked out and the flutes sound
and the laughter there is loud,
let me ever feel that I have not invited thee to my house
let me not forget for a moment,
let me carry the pangs of this sorrow in my dreams
and in my wakeful hours.

இப்பிறவியில் உன்னை நான் சந்திக்காவிட்டால்,
உன்னை நான் காணவில்லை என்பதை
எப்பொழுதும் நான் உணர வேண்டும்.
ஒரு கணம் கூட நான் அதனை மறக்கக்கூடாது.
இந்தப்பிரிவின் துயரைநான் கனவிலும் விழிப்பிலும் என் நெஞ்சில்
சுமக்க வேண்டும். கூட்டம் மிகுந்த உலகச் சந்தையில் என் நாட்கள்
கழிந்தாலும், நாள்தோறும் ஈட்டிய செல்வங்களால் என் கைகள்
நிறைந்தாலும், எதையும் அடையவில்லை என்பதை நான் உணர
வேண்டும். ஒரு கணம் கூட நான் அதனை மறக்கக்கூடாது.
இந்தப் பிரிவின் துயரை நான் கனவிலும் விழிப்பிலும்

என் நெஞ்சில் சுமக்க வேண்டும். நான் சாலை ஓரத்தில் அலுத்து,
களைப்பாக அமர்ந்திருக்கும் பொழுதும், தரையில் என்
படுக்கையை விரிக்கும் பொழுதும், நீண்ட பயணம் என் முன்
இன்னமும் உள்ளது என்று நான் உணர வேண்டும்.
ஒரு கணம் கூட நான் அதனை மறக்கக்கூடாது.
இந்தப்பிரிவின் துயரை நான் கனவிலும் விழிப்பிலும்
என் நெஞ்சில் சுமக்க வேண்டும். என் அறைகள் ஒப்பனை
செய்யப்பட்ட பொழுதும், அங்குப் புல்லாங்குழலின்
இசையும் சிரிப்பும் பலமாக எழும் பொழுதும், உன்னை நான்
என் இல்லத்திற்கு அழைக்கவில்லை என்பதை நான் என்றும்
உணரவேண்டும். ஒரு கணம் கூட நான் அதனை மறக்கக்கூடாது.
இந்தப் பிரிவின் துயரை நான் கனவிலும் விழிப்பிலும் என்
நெஞ்சில் சுமக்க வேண்டும்.

80

I am like a remnant of a cloud of autumn uselessly
roaming in the sky, O my sun ever-glorious!
Thy touch has not yet melted my vapour,
making me one with thy light,
and thus I count months and years separated from thee.
If this be thy wish and if this be thy play,
then take this fleeting emptiness of mine,
paint it with colours, gild it with gold,
float it on the wanton wind and spread it in varied wonders.
And again when it shall be thy wish to end this play at night,
I shall melt and vanish away in the dark,
or it may be in a smile of the white morning,
in a coolness of purity transparent.

என்றும் பெருமை மிக்க என் கதிரவனே! நான் இலையுதிர்
காலத்தின் மிஞ்சிய முகிலாக பயனில்லாமல்வானில் சுற்றிக்
கொண்டிருக்கின்றேன். நீ என்னைத் தீண்டாததால்,
நான் இன்னும் உருகி உன் ஒளியில் கலக்கவில்லை.
இப்படியே நான் உன்னிடமிருந்து பிரிந்த மாதங்களையும்,
ஆண்டுகளையும் எண்ணிக் கொண்டிருக்கின்றேன்.
இதுவே உன் விருப்பமானால்,
இதுவே உன் விளையாட்டு ஆனால், என் விரைந்து மறையும்
வெறுமையை நீ எடுத்துக்கொள். வண்ணங்கள் கொண்டு
அதனைத் தீட்டு. பொன்னால் அதனைப் பூசு.
கொடூரக் காற்றின் மீது அதனை மிதக்கச் செய்து, பலவித
அற்புதங்களாக அதனைப் பரப்பு.
மீண்டும் இரவில் உன் விளையாட்டை முடிக்க உனக்கு
விருப்பமானால், நான் உருகி இருட்டில்
மறைந்து விடுகின்றேன்.
அல்லது, வெண்காலைப் புன்னகையில்,
தூய தெளிந்த குளிரில் மறைந்து விடுகின்றேன்.

81

On many an idle day have I grieved over lost time.
But it is never lost, my lord.
Thou hast taken every moment of my life in thine own hands.
Hidden in the heart of things thou art
nourishing seeds into sprouts,
buds into blossoms, and ripening flowers into fruitfulness.
I was tired and sleeping on my idle bed
and imagined all work had ceased.
In the morning I woke up and found
my garden full with wonders of flowers.

எத்துணையோ வேலையற்ற நாட்களில் வீணாகக் கழிந்த
நேரத்தைப் பற்றி நான் கவலையுற்றேன்.
ஆனால், அது வீணாகவில்லை, என் தலைவா!
என் வாழ்வின் ஒவ்வொரு கணத்தையும் நீ உன் கைகளில்
எடுத்துக்கொண்டாய். எல்லாவற்றினுள்ளும் உறைந்து,
நீ விதைகளை முளைகளாகவும், மொட்டுக்களை மலர்களாகவும்,
மலர்களைப் பழங்களாகவும் மாற்றுகின்றாய்.
நான் களைத்துப் போய் என் படுக்கையில்
சோம்பலாகப் படுத்துக் கொண்டு,
வேலை எல்லாம் முடிந்து விட்டதாகக் கற்பனைச் செய்தேன்.
காலையில் நான் விழித்துப் பார்த்த பொழுது,
என் தோட்டம் முழுவதும் அற்புதமாக மலர்ந்திருக்கக் கண்டேன்.

82

Time is endless in thy hands, my lord.
There is none to count thy minutes.
Days and nights pass and ages bloom and fade like flowers.
Thou knowest how to wait.
Thy centuries follow each other perfecting a small wild flower.
We have no time to lose, and having
no time we must scramble for a chances.
We are too poor to be late.
And thus it is that time goes by while I give it to
every querulous man who claims it,
and thine altar is empty of all offerings to the last.
At the end of the day I hasten in fear lest thy gate to be shut;
but I find that yet there is time.

உன் கையில் காலத்திற்கு எல்லை இல்லை, என் தலைவா!
உன் நிமிடங்களை எண்ணுவதற்கு எவரும் இல்லை. பகலும்
இரவும் கழிகின்றன. காலங்கள் மலர்களைப் போல் மலர்ந்து
வாடுகின்றன. உனக்குக் காத்திருக்கத் தெரியும்.
உன் நூற்றாண்டுகள் ஒன்றை ஒன்று தொடர்ந்து,
காட்டுப் பூ ஒன்றைச் செம்மைப்படுத்துகின்றன.
நமக்கு வீணாக்க நேரமில்லை. நேரம் இல்லாததால்
வாய்ப்புக்காக நாம் பெருமுயற்சி செய்ய வேண்டும்.
தாமதம் செய்ய இயலாத வறியவர்கள் நாம். தன்னுடையது
என்று உரிமைக் கொண்டாடும்எரிச்சலையுடைய மனிதன்
ஒவ்வொருவனுக்கும் நான் இவ்வாறு என் நேரத்தைக்
கொடுக்க, நேரமும் இப்படியே கழிகின்றது. உன் கருவறையில்
அளிக்கப்பட்ட படையல் பொருட்கள் யாவும் காலியாகி விட்டன.
நாளின் இறுதி வேளையில் உன் கதவு மூடப்பட்டு விடுமோ என்று
அஞ்சி, நான் விரைந்து செல்கின்றேன். ஆனால் இன்னமும்
நேரம் இருக்கின்றது என்பதை அறிகின்றேன்.

83

Mother, I shall weave a chain of pearls
for thy neck with my tears of sorrow.
The stars have wrought their anklets of light to deck thy feet,
but mine will hang upon thy breast.
Wealth and fame come from thee and it is for thee to give or to withhold them.
But this my sorrow is absolutely mine own,
and when I bring it to thee as my
offering thou rewardest me with thy grace.

*அம்மா! உன் கழுத்திற்கு, என் துன்பக் கண்ணீரால் ஒரு
முத்துமாலையை நான் கோர்ப்பேன்.
விண்மீன்கள் ஒளியுடைய சலங்கைகளாக உன் கால்களை
அலங்கரித்துள்ளன.
ஆனால், என்னுடைய அணிகலன் மட்டும் உன் மார்பில் தொங்கும்.
செல்வமும், புகழும் உன்னிடமிருந்து வருகின்றன.
அதைக் கொடுப்பதும், கொடுக்காமல் இருப்பதும் உன் விருப்பம்.
ஆனால், இந்தத் துன்பமானது முழுமையாக என்னுடையது.
அதை உனக்கு அர்ப்பணமாக நான் கொண்டு வரும்பொழுது,
நீ உன் அருளை எனக்குப் பரிசாக அளிக்கின்றாய்.*

84

It is the pang of separation that spreads throughout the world
and gives birth to shapes innumerable in the infinite sky.
It is this sorrow of separation that gazes in silence
all nights from star to star
and becomes lyric among rustling leaves in rainy darkness of July.
It is this overspreading pain that deepens into loves and desires,
into sufferings and joy in human homes;
and this it is that ever melts
and flows in songs through my poet's heart.

பிரிவுத் துயரே, வையகம் எங்கும் பரவி,
எல்லையில்லா வானில் எண்ணில்லா
உருவங்களாகப் பிறக்கின்றது.
இந்தப் பிரிவுத்துயரே, அமைதியாக இரவு முழுவதும்
ஒவ்வொரு விண்மீனையும் நோக்குகின்றது.
இருண்ட மழைக்காலத்தில் இலைகளில்
சலசலக்கும் இசையாகவும் மாறுகின்றது.
இந்தப் படரும் வேதனையே ஆழ்ந்து சென்று,
காதலாகவும், விருப்பமாகவும், துன்பமாகவும்,
மகிழ்ச்சியாகவும் இல்லங்களில் உள்ளது.
இதுவே என்றும் உருகி, என் கவிஞனின் நெஞ்சிலிருந்து
வெளிப்படும் பாடலாக உள்ளது.

85

When the warriors came out first from their master's hall,
where had they hid their power?
Where were their armour and their arms?
They looked poor and helpless,
and the arrows were showered upon
them on the day they came out from their master's hall.
When the warriors marched back
again to their master's hall where did they hide their power?
They had dropped the sword
and dropped the bow and the arrow;
peace was on their foreheads,
and they had left the fruits of their life
behind them on the day they marched back
again to their master's hall.

போர் மறவர்கள் தங்கள் தலைவனின் கூடத்திலிருந்து முதலில்
வெளியே வந்த பொழுது, தங்கள் வலிமையை எங்கு ஒளித்து
வைத்திருந்தார்கள்? அவர்களுடைய கேடயமும், வாளும் எங்கே
இருந்தன? அவர்கள் ஏழைகளாகவும் இரங்கத்தக்கவர்களாகவும்
தென்பட்டார்கள். அவர்கள் தலைவனது கூடத்தை விட்டு
வெளியே வந்த நாளில், அவர்கள் மீது அம்புகள் சொரியப்பட்டன.
அவர்கள் மீண்டும் தலைவனது கூடத்தை அடைந்தபொழுது,
தங்கள் வலிமையை எங்கே ஒளித்து வைத்தார்கள்? வாளையும்,
வில்லையும், அம்பையும் அவர்கள் கீழே போட்டு விட்டனர்.
அவர்கள் நெற்றியில் அமைதி இருந்தது.
அவர்கள் தலைவனின் கூடத்தை மீண்டும் அடைந்த அன்று,
தங்கள் வாழ்வின் பலன்களைப் பின்னால் விட்டுச் சென்றனர்.

86

Death, thy servant, is at my door.
He has crossed the unknown sea and brought thy call to my home.
The night is dark and my heart is fearful,
yet I will take up the lamp,
open my gates and bow to him my welcome.
It is thy messenger who stands at my door.
I will worship him placing at his feet the treasure of my heart.
He will go back with his errand done,
leaving a dark shadow on my morning;
and in my desolate home only my forlorn
self will remain as my last offering to thee.

உன் பணியாள் ஆகிய 'மரணம்' என் வாயிலில் நிற்கின்றான்.
தெரியாதகடலைத் தாண்டி உன் அழைப்பை என் இல்லத்திற்குக்
கொண்டு வந்துள்ளான். இரவு இருட்டாக உள்ளது.
என் நெஞ்சம் அச்சமுறுகின்றது. எனினும் நான் விளக்கை ஏற்றி,
கதவைத் திறந்து, வணங்கி, அவனை வரவேற்பேன்.
என் வாயிலில் நிற்பவன் உன் தூதுவன். குவிந்த கரங்களுடனும்
கண்ணீருடனும் நான் அவனை வணங்குவேன்.
என் நெஞ்சத்தின் செல்வங்களை அவன் காலடியில் வைத்து,
நான் அவனை வணங்குவேன்.
அவன் தன்பணியை முடித்து விட்டுச் செல்வான்.
என் காலை வேளையின்மேல் ஓர் இருண்ட நிழலை விட்டுச்
செல்வான். என் தனிமையான இல்லத்தில்,
என் இரங்கத்தக்க உயிரே,
உனக்கு என் இறுதி அன்பளிப்பு.

87

In desperate hope I go and search for
her in all the corners of my room;
I find her not. My house is small
and what once has gone from it can never be regained.
But infinite is thy mansion, my lord, and seeking her
I have to come to thy door.
I stand under the golden canopy of thine evening sky
and I lift my eager eyes to thy face.
I have come to the brink of eternity from
which nothing can vanish
no hope, no happiness, no vision of a face seen through tears.
Oh, dip my emptied life into that ocean,
plunge it into the deepest fullness.
Let me for once feel that lost sweet touch in the
allness of the universe.

துடிப்புடனும், விருப்பத்துடனும் நான் என் அறையின்
மூலைகளில் எல்லாம் அவளைத் தேடுகின்றேன். என்னால்
அவளைக் காண முடியவில்லை. என் இல்லம் சிறியது.
அதிலிருந்து ஒருமுறை சென்றது மீண்டும் கிடைக்காது.
ஆனால், எல்லையில்லாதது உன் அரண்மனை.
என் தலைவா! அவளைத்தேடி உன் வாயிலுக்கு நான் வந்துள்ளேன்.
பொற்கூரையான உன் மாலை நேர வானிற்கு அடியில் நான்
நின்று கொண்டு, என் கண்களை ஆவலாக உன்முகத்திற்குச்
செலுத்துகின்றேன். எதுவும் மறைய முடியாத எல்லையில்லா
காலத்தின் இறுதிக்கு நான் வந்துள்ளேன். விருப்பம் இல்லை.
மகிழ்ச்சி இல்லை. கண்ணீர் வாயிலாக முகமும் தென்படவில்லை.
ஆ! என் வெற்று வாழ்க்கையை அந்தக் கடலில் கொட்டிவிடு.
அந்த ஆழ்ந்த நிறைவிற்குள் அதனை அழுத்திவிடு. நான் ஒரு
முறையாவது அந்த மறைந்த இனிய தீண்டுதலை உலகின்
ஒருமையில் உணர வேண்டும்.

88

Deity of the ruined temple! The broken strings of
Vina sing no more your praise.
The bells in the evening proclaim not your time of worship.
The air is still and silent about you.
In your desolate dwelling comes the vagrant spring breeze.
It brings the tidings of flowers,
the flowers that for your worship are offered no more.
Your worshipper of old wanders ever longing for
favour still refused.
In the eventide, when fires and shadows
mingle with the gloom of dust,
he wearily comes back to the ruined temple
with hunger in his heart.
Many a festival day comes to you in silence,
deity of the ruined temple.
Many a night of worship goes away with lamp unlit.
Many new images are built by masters of
cunning art and carried to the holy stream of
oblivion when their time is come.
Only the deity of the ruined temple remains
unworshipped in deathless neglect.

பாழடைந்த கோவிலின் இறைவா! உடைந்த
வீணைக் கம்பிகள் உன் புகழைப் பாடவில்லை.
மாலை நேரத்தில், வழிபாட்டு வேளையை
உன் கோவில் மணிகள் அறிவிப்பதில்லை.
காற்று அசையவில்லை.
உன்னைப் பற்றிப் பாடவில்லை.
உன் வருந்தத்தக்க இருப்பிடத்திற்கு இளவேனிலின் உலவும்
தென்றல் வருகின்றது.
அது மலர்களின் தூதுகளைக் கொண்டு வருகின்றது.
அவை உன் வழிப்பாட்டிற்கு அளிக்கப்படாத மலர்கள்.
உன் பழைய பக்தன் தன் வேண்டுதல்கள் மறுக்கப்பட்டும்,

உன் இரக்கத்தை நாடுகின்றான்.
மாலையில் ஒளியும், நிழலும், இருளின் புழுதியின் சோர்வுடன் கலக்கும் பொழுது, அவன் அலுத்துப் போய், நெஞ்சில் பசியோடு உன் பாழடைந்த கோவிலுக்கு வருகின்றான்.
பாழடைந்த கோவிலின் இறைவா! எத்துணையோ திருவிழா நாட்கள் அமைதியாகச் செல்கின்றன. எத்துணையோ வழிபாட்டு இரவுகள் விளக்கு ஏற்றப்படாமலேயே கழிந்து விடுகின்றன.
நுண்ணிய கலை உணர்ந்த சிற்பிகளால்,
எத்துணையோ சிலைகள் செதுக்கப்பட்டு, காலத்தில், அவை அழிந்து மறைந்து விடுகின்றன.
பாழடைந்த கோவிலின் இறைவன் மட்டுமே வழிபாடு இல்லாமல், என்றும் கவனிக்கப்படாமல் இருக்கின்றான்.

89

No more noisy, loud words from me, such is my master's will.
Henceforth I deal in whispers.
The speech of my heart will be carried on in murmurings of a song.
Men hasten to the King's market.
All the buyers and sellers are there.
But I have my untimely leave in the middle of the day,
in the thick of work.
Let then the flowers come out in my garden,
though it is not their time;
and let the midday bees strike up their lazy hum.
Full many an hour have I spent in the
strife of the good and the evil,
but now it is the pleasure of my playmate of the
empty days to draw my heart on to him;
and I know not why is this sudden call to
what useless inconsequence!

என்னிடமிருந்து இனி உரத்த குரலில் சொற்கள் வெளிவராது.
இதுவே என் தலைவனின் ஆணை.
இனி நான் மென்குரலில் தான் பேசுவேன்.
என் நெஞ்சத்தின் பேச்சு, பாடலின் முணுமுணுப்பில்
வெளிப்படும்.
மனிதர்கள் மன்னனின் சந்தைக்கு விரைந்துச் செல்கின்றனர்.
வாங்குவோரும், விற்போரும் அங்கு இருக்கின்றனர்.
ஆனால் நான் மட்டும் வேலைக்கு நடுவில், நடுப்பகலில்
விடை பெறுகின்றேன்.
உரிய வேளை வராவிட்டாலும் கூட, என் சோலையில் மலர்கள்
மலரட்டும், பகலில் வண்டுகள் சோம்பலுடன் ரீங்காரமிடட்டும்.
நன்மை தீமை கலவரத்தில் மணிக்கணக்காக நேரத்தைக்
கழித்திருக்கின்றேன். ஆனால் இப்பொழுது என் நெஞ்சத்தைத்
தன்னுடன் சேர்த்துக் கொள்வது என் வெறுமையான நாட்களின்
தோழனுக்கு இன்பம். பயனில்லா நிலைமைக்கு இந்த விரைவான
அழைப்பு ஏன் என்று எனக்குப் புரியவில்லை.

90

On the day when death will knock at thy door
what wilt thou offer to him?
Oh, I will set before my guest the full vessel of my life
I will never let him go with empty hands.
All the sweet vintage of all my autumn days and summer nights,
all the earnings and gleanings of my busy life will I place before him at the close of my days
when death will knock at my door.

மரணம் உன் வாயில் கதவைத் தட்டும் பொழுது,
நீ அவனுக்கு எதனைத் தரப்போகின்றாய்?
ஆ! நான் அந்த விருந்தினன் முன் என் வாழ்வு என்னும் நிரம்பிய கிண்ணத்தை வைப்பேன். வெறுங்கையோடு அவன் செல்வதை நான் அனுமதிக்கமாட்டேன்.
என் இனிமையான பழைய கோடை இரவுகளையும்,
இலையுதிர் காலப் பகல்களையும் என் வாழ்வின்
செல்வங்களையும், என் வாழ்வின் இறுதியில் மரணம்
என் கதவைத் தட்டும் பொழுது, அவன் முன் வைப்பேன்.

91

O thou the last fulfilment of life,
Death, my death, come and whisper to me!
Day after day I have kept watch for thee;
for thee have I borne the joys and pangs of life.
All that I am, that I have, that I hope and all my love
have ever flowed towards thee in depth of secrecy.
One final glance from thine eyes
and my life will be ever thine own.
The flowers have been woven
and the garland is ready for the bridegroom.
After the wedding the bride shall leave her home
and meet her lord alone in the solitude of night.

வாழ்வின் இறுதி நிறைவேறுதலே! மரணமே! என் மரணமே!
என்னிடத்தில் வந்து மெல்லிய குரலில் உன் செய்தியைக் கூறு!
நாள்தோறும் நான் உன்னை எதிர்பார்த்துக் கொண்டிருந்தேன்.
வாழ்வின் இன்பத்தையும் துன்பத்தையும் உனக்காக நான்
தாங்கிக் கொண்டேன்.
என் சாரம், என் உடைமைகள், என் நம்பிக்கை,
என் அன்பு ஆகிய எல்லாமே மறைவின் ஆழத்தில்
உன்னை நோக்கியே ஓடின.
இறுதியாக உன் கண்கள் ஒரு முறை என்னை நோக்கட்டும்.
பின்பு என் வாழ்வு என்றும் உன்னுடையது.
மலர்கள் கோர்க்கப்பட்டு மலர் மாலை
மணமகனுக்குத் தயாராக உள்ளது.
திருமணத்திற்குப் பின் மணமகள் தன் இல்லத்தை விட்டு அகன்று,
இரவின் தனிமையில் தன் தலைவனைச் சந்திப்பாள்.

92

I know that the day will come when my sight of this
earth shall be lost,
and life will take its leave in silence,
drawing the last curtain over my eyes.
Yet stars will watch at night, and morning rise as before,
and hours heave like sea waves casting up pleasures and pains.
When I think of this end of my moments,
the barrier of the moments breaks
and I see by the light of death thy world with its careless treasures.
Rare is its lowliest seat, rare is its meanest of lives.
Things that I longed for in vain
and things that I got, let them pass.
Let me but truly possess the things that
I ever spurned and overlooked.

இந்த உலகம் என் பார்வையிலிருந்து விலகும் நாள் வரும் என்றும்,
என் கண்களின் மேல் இறுதித் திரையைப் போர்த்தி விட்டு என்
வாழ்வு அமைதியாக விடைபெறும் என்றும் எனக்குத் தெரியும்.
எனினும், அப்பொழுதும் விண்மீன்கள் இரவில் கண்காணிக்கும்.
முன்போல் காலை விடியும்.
மணி நேரங்கள் கடல் அலைகள் போல் கொந்தளித்து
இன்பத்தையும் துன்பத்தையும் தரும்.
என்னுடைய நேரங்களின் முடிவை நினைக்கும் பொழுது,
கணங்களின் தடுப்பு உடைகின்றது.
மரணத்தின் ஒளியில், தன்னுடைய கவனமில்லாத புதையலுடன்
கூடிய உன் புவியை நான் காண்கின்றேன். அங்குக் கீழ்மையான
நிலைமையையும் இழிவான வாழ்க்கையையும் காண்பது அரிது.
வீணாக நான் விரும்பிய பொருட்களும், பெற்ற பொருட்களும்
செல்லட்டும். நான் என்றும் எறிந்தவற்றையும்
கண்டுகொள்ளாமல் விட்டவற்றையும் பெற வேண்டும்.

93

I have got my leave. Bid me farewell, my brothers!
I bow to you all and take my departure.
Here I give back the keys of my door and I give up
all claims to my house.
I only ask for last kind words from you.
We were neighbours for long,
but I received more than I could give.
Now the day has dawned and the lamp
that lit my dark corner is out.
A summons has come and I am ready for my journey.

எனக்கு ஓய்வு கிடைத்துவிட்டது.
என்னை வழியனுப்புங்கள், என் உடன்பிறந்தோரே!
உங்களை வணங்கி விடை பெறுகின்றேன்.
என் கதவின் சாவியைத் திருப்பித் தருகின்றேன்.
என் இல்லத்தின் மேல் உள்ள உரிமை
யாவற்றையும் விட்டுக் கொடுக்கின்றேன்.
உங்களிடமிருந்து அன்பான சொல் ஒன்றையே
நான் எதிர்பார்க்கின்றேன்.
நாம் நெடுநாள் அருகில் வாழ்ந்தோம்.
ஆனால் என்னால் கொடுக்க முடிந்ததை விட
அதிகமாகவே நான் பெற்றேன்.
இப்பொழுது நாள் விடிந்து விட்டது.
என் இருண்ட மூலைக்கு ஒளியைத் தந்த
விளக்கு அணைந்து விட்டது.
எனக்கு அழைப்பு வந்து விட்டது.
என் பயணத்திற்கு நான் தயாராகி விட்டேன்.

94

At this time of my parting, wish me good luck, my friends!
The sky is flushed with the dawn and my path lies beautiful.
Ask not what I have with me to take there.
I start on my journey with empty hands and expectant heart.
I shall put on my wedding garland.
Mine is not the red-brown dress of the traveller,
and though there are dangers on the way I have no fear in mind.
The evening star will come out when my voyage is done
and the plaintive notes of the twilight melodies be struck up from the King's gateway.

நண்பர்களே! இந்தப் பிரிவு வேளையில் எனக்கு
நல்வாழ்த்துக்களைக் கூறுங்கள்.
காலை ஒளி வானில் பரவியுள்ளது.
என் பாதை அழகாகத் தோன்றுகின்றது.
என்னிடம் அங்குக் கொண்டு செல்வதற்கு என்ன இருக்கின்றது
என்று கேட்காதீர்கள்.
வெறுங் கையோடும் எதிர்பார்க்கும் நெஞ்சத்தோடும்
நான் என் பயணத்தைத் தொடங்குகின்றேன்.
என் மணமாலையை அணிந்து கொள்வேன்.
என் உடைபயணியின் சிகப்பு-கபிலநிற உடை அன்று.
வழியில் ஆபத்து இருந்தும்என் மனதில் அச்சமில்லை.
என் பயணம் முடிந்தவுடன் மாலை
நேரத்தின் விண்மீன் வெளியே வரும்.
அந்தி வேளையின் துன்பப் பண்கள்
மன்னனின் வாயிலிலிருந்து கிளம்பும்.

95

I was not aware of the moment
when I first crossed the threshold of this life.
What was the power that made me open out into this vast mystery
like a bud in the forest at midnight!
When in the morning I looked upon the light
I felt in a moment that I was no stranger in this world,
that the inscrutable without name
and form had taken me in its arms in the form of my own mother.
Even so, in death the same unknown will
appear as ever known to me.
And because I love this life, I know I shall love death as well.
The child cries out when from the
right breast the mother takes it away,
in the very next moment to find in the left one its consolation.

இந்த வாழ்வின் ஆரம்ப நிலையை எப்பொழுது தாண்டினேன்
என்பதை நான் அறியேன். நள்ளிரவில், காட்டில் மலர்ந்த
மொட்டுப்போல், என்னைபெரும்
மர்ம நிலையில் வெளிக்கொணர்ந்தது என்ன சக்தியோ?
காலையில் நான் ஒளியை நோக்கிய பொழுது,
இவ்வுலகத்தில் நான் அந்நியன் இல்லை என்பதையும்,
அறிய முடியாத அப்பெயரில்லா உருவமில்லா சக்தி,
என் தாய் உருவில், என்னைத் தன் கைகளில்
அள்ளியெடுத்திருந்தது என்பதையும், ஒரு கணத்தில் உணர்ந்தேன்.
மரணத்தில், நான் அறியாத அந்தச் சக்தியெனக்கு எப்பொழுதும்
தெரிந்தவர்போல் என்கண் முன் தோன்றும்.
நான் இந்த வாழ்வை விரும்புவதால்,
சாவையும் விரும்புவேன் என எனக்குத் தெரியும்.
வலது மார்பில் பால் குடிக்கும் குழந்தையைத் தாய் நீக்கியவுடன்,
அக்குழந்தை அழும். ஆனால் அடுத்த கணம் தாய் தனது இடது
மார்பின் மூலம் தன் குழந்தைக்கு ஆறுதல் அளிப்பாள்.

96

When I go from hence let this be my parting word,
that what I have seen is unsurpassable.
I have tasted of the hidden honey of this lotus
that expands on the ocean of light,
and thus am I blessed, let this be my parting word.
In this playhouse of infinite forms I have had my play
and here have I caught sight of him that is formless.
My whole body and my limbs have
thrilled with his touch who is beyond touch;
and if the end comes here, let it come,
let this be my parting word.

இங்கிருந்து நான் செல்லும்பொழுது,
இது என் பிரியும் சொல்லாக இருக்கட்டும்.
நான் கண்டது ஈடில்லாதது.
ஒளி என்னும் கடலில் மலர்ந்திருக்கும் தாமரையில்
மறைந்துக் கிடக்கும் தேனை நான் சுவைத்திருக்கின்றேன்.
நான் மிகவும் கொடுத்து வைத்தவன். இதுவே என் பிரியும்
சொல்லாக இருக்கட்டும்.
எண்ணில்லா உருவமுடைய இந்த விளையாட்டு வீட்டில்,
என் விளையாட்டு நடந்தது.
இங்கு, உருவமில்லா அவனை நான் கண்டேன்.
தீண்டுதலுக்கு அப்பாற்பட்டவன் தீண்டியதால்,
என் முழு உடலும் அங்கங்களும் சிலிர்த்தன.
முடிவு இங்கு வருவதானால் வரட்டும்!
இதுவே என் பிரியும் சொல்லாக இருக்கட்டும்!

97

When my play was with thee I never questioned who thou wert.
I knew nor shyness nor fear, my life was boisterous.
In the early morning thou wouldst call me from my sleep like my own comrade and lead me running from glade to glade.
On those days I never cared to know
the meaning of songs thou sangest to me.
Only my voice took up the tunes,
and my heart danced in their cadence.
Now, when the playtime is over,
what is this sudden sight that is come upon me?
The world with eyes bent upon thy
feet stands in awe with all its silent stars.

நான் உன்னோடு விளையாடினபொழுது, நீ யார் என்பதைக்
கேட்கவில்லை. நாணத்தையும், அச்சத்தையும்
நான் அறியவில்லை. என் வாழ்வு ஆரவாரத்துடன் இருந்தது.
அதிகாலையில் ஒரு தோழனைப் போல் என்னை தூக்கத்திலிருந்து
அழைத்து, காட்டின் ஒரு வெட்ட வெளியிலிருந்து,
வேறு ஒரு வெட்ட வெளிக்கு நீ அழைத்துச் செல்வாய்.
அந்த நாட்களில் நீ என்னிடம் பாடிய பாடல்களின் பொருளை,
நான் அறிய முயலவில்லை.
ஆனால் என் குரல் பண்களைக் கற்றுக் கொண்டது.
என் நெஞ்சம் அதன் தாளத்தில் களிப்புடன் நடனம் புரிந்தது.
இப்பொழுது விளையாட்டு நேரம் முடிந்தவுடன்,
திடீரென என்ன காட்சி என் முன் வந்துள்ளது?
உலகம் தன்னுடைய அமைதியான விண்மீன்களுடன் குனிந்து,
உன் காலடியைப் பயபக்தியுடன் நோக்குகின்றது.

98

I will deck thee with trophies, garlands of my defeat.
It is never in my power to escape unconquered.
I surely know my pride will go to the wall,
my life will burst its bonds in exceeding pain,
and my empty heart will sob out in music
like a hollow reed, and the stone will melt in tears.
I surely know the hundred petals of a
lotus will not remain closed for ever
and the secret recess of its honey will be bared.
From the blue sky an eye shall gaze upon me
and summon me in silence.
Nothing will be left for me, nothing whatever,
and utter death shall I receive at thy feet.

நான் உன்னை என் தோல்வியெனும் பரிசுகளாலும் மலர்
மாலைகளாலும் அலங்கரிப்பேன். தோல்வியைச் சந்திக்காமல்
தப்பிப்பது என்பது என் சக்திக்கு அப்பாற்பட்டது.
என் பெருமை சுவரில் முட்டிக்கொள்ளும்.
என் வாழ்வு அதன் பந்தங்களை மிகுந்த வேதனையுடன்
அறுத்துக்கொள்ளும் என்றும், என் வெற்று நெஞ்சம் மூங்கில்
குழலின் இசையைப் போன்று ஏக்கத்துடன் ஒலிக்கும் என்றும்,
கல்லும் கண்ணீரில் கரையும் என்றும், எனக்கு உறுதியாகத்
தெரியும். தாமரை மலரின் நூறு இதழ்களும்
என்றென்றும் மூடியிருக்காது என்றும்,
அதன் ஆழத்தில் மறைந்திருக்கும் தேன் காணப்படும் என்றும்
எனக்குக் கண்டிப்பாகத் தெரியும்.
நீலவானிலிருந்து ஒரு விழி என்னை நோக்கி,
அமைதியாக அழைக்கும். எனக்கென்று எதுவும் இருக்காது.
உறுதியாக எதுவும் இருக்காது.
முழுமையாக மரணத்தை உன் காலடியில் பெறுவேன்.

99

When I give up the helm I know that the time
has come for thee to take it.
What there is to do will be instantly done.
Vain is this struggle.
Then take away your hands and silently
put up with your defeat, my heart,
and think it your good fortune to sit perfectly
still where you are placed.
These my lamps are blown out at every little puff of wind,
and trying to light them I forget all else again and again.
But I shall be wise this time and wait in the dark,
spreading my mat on the floor;
and whenever it is thy pleasure, my lord,
come silently and take thy seat here.

என்னுடைய நிர்வாகத்தை நான் திருப்பிக் கொடுக்கும்பொழுது,
நீ அதனை எடுத்துக் கொள்ளும் வேளை வந்துவிட்டது என்பதை
அறிவேன். செய்யவேண்டிய காரியங்கள் உடனே செய்யப்படும்.
வீணானது இந்தத் துடிப்பு. உன் முயற்சிக்கு முற்றுப் புள்ளி
வைத்து விட்டு, அமைதியாக உன் தோல்விகளைத்
தாங்கிக் கொள், என் நெஞ்சமே!
அமர்த்தப்பட்ட இடத்தில் அசையாது அமர்ந்திருப்பது எத்துணைப்
பேறு என்பதை நீ எண்ணிப் பார். என்னுடைய இந்த விளக்குகள்
காற்றின் ஒவ்வொரு சிறு ஊதலுக்கும் அணைந்து விடுகின்றன.
அவற்றை ஏற்றும் முயற்சியிலேயே நான் குறியாக இருப்பதால்,
யாவற்றையும் மீண்டும் மீண்டும் மறந்து விடுகின்றேன்.
ஆனால் இந்தமுறை நான் தெளிவுடன் இருளில் பாயைத் தரையில்
விரித்துக் காத்திருப்பேன். என் தலைவா! உனக்கு எப்பொழுது
தோன்றுகின்றதோ, அப்பொழுது அமைதியாக வந்து,
உன் இருக்கையில் அமர்வாயாக.

100

I dive down into the depth of the ocean of forms,
hoping to gain the perfect pearl of the formless.
No more sailing from harbour to harbour
with this my weather-beaten boat.
The days are long passed when my sport was to be
tossed on waves.
And now I am eager to die into the deathless.
Into the audience hall by the fathomless abyss where swells
up the music of toneless strings I shall take this harp of my life.
I shall tune it to the notes of forever,
and when it has sobbed out its last utterance,
lay down my silent harp at the feet of the silent.

உருவமில்லா நல்ல முத்தைப் பெற விரும்பி,
நான் உருவங்கள் நிறைந்த ஆழ்ந்த கடலில் மூழ்குகின்றேன்.
இனியும் காலத்தால் பாழ்பட்ட இந்தப் படகில்
இனி துறைமுகத்திலிருந்து துறைமுகத்திற்குப் பயணம் செய்ய
மாட்டேன். அலைகளால் தூக்கி எறியப்படும் என் விளையாட்டு
முடிந்து நாளாயிற்று.
இப்பொழுது நான் மரணமில்லா சாவிற்காக ஆவலாகக் காத்துக்
கொண்டிருக்கின்றேன்.
அளவிட முடியாத ஆழத்திலுள்ள அரங்கத்திற்குள், இசையானது,
சிறப்பில்லாமல் ஒலிக்கின்றது.
அங்கு நான் என் உயிரின் யாழை ஏந்திச் செல்வேன்.
நான் அதை என்றும் நிலைக்கும் சுருதியில் சேர்ப்பேன்.
அது தன் இறுதித் துன்ப இசையை வெளிப்படுத்திய பின்,
என் அமைதியான யாழை அமைதியின் காலடியில் வைப்பேன்.

101

Ever in my life have I sought thee with my songs.
It was they who led me from door to door,
and with them have I felt about me,
searching and touching my world.
It was my songs that taught me all the lessons I ever learnt;
they showed me secret paths, they brought
before my sight many a star on the horizon of my heart.
They guided me all the day long to the
mysteries of the country of pleasure and pain, and, at last,
to what palace gate have they brought me
in the evening at the end of my journey?

என் வாழ்வில், என்றும் என் பாடல்களால் உன்னைத் தேடினேன்.
என் பாடல்கள், வாயில் வாயிலாக என்னை
அழைத்துச் சென்றன. அவையென் சுற்றத்தை எனக்கு உணர்த்தின.
என் உலகத்தைத் தேடியதும் தீண்டியதும் அவைகளால்தான்.
என் பாடல்கள் தான் எனக்குப் பாடங்கள் புகட்டியவை.
மறைவுப் பாதைகளை அவை எனக்குக் காட்டின.
என் கண் முன் எத்துணையோ விண்மீன்களைக் கொணர்ந்து,
அவற்றை என் நெஞ்சத்தில் காணச் செய்தன.
இன்பமும் துன்பமும் நிறைந்த இனம் புரியாத நாட்டிற்குள்,
அவை என்னை வழிகாட்டி அழைத்துச் சென்றன.
இறுதியில் மாலை நேரத்தில், பயணத்தின் எல்லையில்,
எந்த அரண்மனை வாயிலுக்கு அவை என்னை
அழைத்துச் சென்றன?

102

I boasted among men that I had known you.
They see your pictures in all works of mine.
They come and ask me, `Who is he?'
I know not how to answer them.
I say, `Indeed, I cannot tell.' They blame me
and they go away in scorn. And you sit there smiling.
I put my tales of you into lasting songs.
The secret gushes out from my heart.
They come and ask me, `Tell me all your meanings.'
I know not how to answer them.
I say, `Ah, who knows what they mean!'
They smile and go away in utter scorn.
And you sit there smiling.

உன்னை எனக்குத் தெரியும் என்று மனிதர்களுக்கு இடையே மிகப்
பெருமையாகக் கூறிக் கொண்டேன்.
என் படைப்புகளில் எல்லாம் அவர்கள்
உன் உருவத்தைக் காண்கின்றார்கள்.
பிறகு என்னிடம் வந்து, "யார் அவன்?" என்று வினவுகின்றார்கள். அவர்களுக்குப் பதில்
உரைக்க எனக்குத் தெரியவில்லை. அவர்கள் என் மேல் பழியைச் சுமத்திவிட்டு,
ஏளனமாகச் செல்கின்றனர்.
நீயோ புன்னகையுடன் அமர்ந்திருக்கின்றாய்.
உன் கதைகளை நிலைக்கும் பாடல்களாகப் பின்னுகின்றேன்.
இரகசியம் என் மனதிலிருந்து பொங்கி வெளியேறுகின்றது.
அவர்கள் என்னிடம், "உன் பாடல்களின் பொருளைக்
கூறு" என்றனர்.
அவர்களுக்குப் பதில் உரைக்க எனக்குத் தெரியவில்லை.
"அவற்றின் பொருளை யார் அறிவார்" என்று கூறுகின்றேன்.
அவர்கள் நகைத்து விட்டு ஏளனத்துடன் அகல்கின்றார்கள்.
நீயோ புன்னகையுடன் அமர்ந்திருக்கின்றாய்.

103

In one salutation to thee, my God,
let all my senses spread out and touch this world at thy feet.
Like a rain-cloud of July hung low with its
burden of unshed showers
let all my mind bend down at thy door in one
salutation to thee.
Let all my songs gather together their diverse
strains into a single current
and flow to a sea of silence in one salutation to thee.
Like a flock of homesick cranes flying night
and day back to their mountain nests
let all my life take its voyage to its eternal
home in one salutation to thee.

இறைவா! என்னுடைய ஒரே வணக்கத்தில்
என் உணர்வுகள் யாவும் படர்ந்து, உன் காலடியில் இருக்கும்
இவ்வுலகத்தைத் தொடட்டும்.
தன் நீரைப் பொழியாத பாரத்துடன் தாழ்ந்து இருக்கும் கார்கால
முகிலைப் போல், என் மனம் முழுவதும்
ஒரே வணக்கத்துடன் உன்னிடம் பணியட்டும்.
வேறுபட்ட என் பாடல்கள் எல்லாம் ஒன்று சேர்ந்து
ஒரு பெரும் ஆறாக மாறி, அமைதிக் கடலை நோக்கி ஓடி,
ஒரே வணக்கத்தில் உன்னிடம் பணியட்டும்.
ஆவலோடு இரவும் பகலும் தங்கள் மலைக் கூடுகளை நோக்கி
பறக்கும் கொக்குக் கூட்டத்தைப் போல், என் முழு வாழ்வும்,
ஒரே வணக்கத்தில், தன்னுடைய நிலையான இல்லத்திற்குப்
பயணமாகட்டும்.